அவந்திகாவும் அன்னபூர்ணாவும்

இயற்கையும் இயற்கையோடு இணைந்த வாழ்வியலும்

அஜய் விக்னேஷ்

இயற்கைக்குச் சமர்ப்பணம்

பொருளடக்கம்

முன்னுரை

"இயற்கை மனிதனின் ஆசையை என்றும் பூர்த்தி
செய்துக்கொண்டே இருக்கிறது. ஆனால் மனிதனின் பேராசையே
இயற்கையை என்றும் அழித்துக்கொண்டு இருக்கிறது."

இயற்கையோடு இயைந்த வேளாண்மையே நமது பிரதான வாழ்வா-
தாரமாய் இருந்தது.

செயற்கை வாழ்வியலும், வேளாண்மையும் வந்த போதே நாம்
இயற்கையை மறந்தோம்.

அதுவே நாளடைவில் நம்மைச் சீரற்ற நலனுக்கும், நச்சான
உணவு முறைக்கும் தள்ளியது.

நம் முன்னோர்கள் இயற்கையோடு இயைந்து வாழ்ந்ததையும்
அதை நன்கு புரிந்து வைத்திருந்ததையும் நமக்குப் பல
நூற்றாண்டுகளுக்கு முன் உள்ள ஆண்டாள் திருப்பாவையில்

"கீசுகீ சென்றெங்கும் ஆனைச்சாத் தன் கலந்து
பேசின பேச்சரவம் கேட்டிலையோ? பேய்ப்பெண்ணே!"

குறிப்பிட்ட ஆனைச்சாத்தனின் உவமை உணர்த்துகிறது.

ஆனைச்சாத்தன் என்பது நாம் இன்று அழைக்கும் கரிச்சான்
குருவி.

அதை ஆண்டாள் திருப்பாவையில் அதிகாலையில் எழும்பி
கீசுகீ என்று குரல் கொடுக்கும் ஆனைச்சாத்தனின் குரல்
கேட்கவில்லையா பெண்ணே என்ற உவமை நமக்குக் கரிச்சான்
குருவியின் வாழ்வியல் சிறப்பையும் இயற்கையின் நுண்ணிய
தொடர்புகளையும் புரிந்து வைத்திருந்ததை நமக்கு உணர்த்துகிறது.

கரிச்சான் குருவிகள் பெரும்பாலும் வேளாண் நிலங்களில்
வாழும்.

அதிகாலையிலே ஆதவனுக்கு முன் எழுந்து வேளாண்
நிலங்களில் இருக்கும் அதிகப் பூச்சிகளை நொடியில் விரட்டி
பிடித்து உண்ணும்.

இப்படிப்பட்ட கரிச்சான் குருவிகள் இருக்கும் நிலத்துக்குச் செயற்கைப் பூச்சிக்கொல்லிகள் என்ற சொல்லுக்கே இடமில்லை.

ஆனால் இந்த இயற்கையின் ஒற்றுமையையும் அதன் சிறப்புகளையும் உணராத நாம் தான் தற்போது பூச்சிக்கொல்லிகளைக் கொண்டு வந்து நம்மையும் அழித்து கரிச்சான் குருவிகளையும் அழிக்கிறோம்.

இந்தக் கரிச்சான் குருவிகளைப் போல இயற்கைக்குள் எண்ணில் அடங்கா தொடர்புகளும், அளக்க முடியாத இரம்மியங்களும், பிரம்மாண்டங்களும் நிறைந்துள்ளது.

ஓர் எறும்பால் எவ்வாறு மனித வாழ்வியலை அதன் வாழ்நாளில் அறிய நினைத்தாலும் அறிய முடியாதோ அதுபோலவே மனிதனால் இயற்கையை என்றும் முழுமையாக அறிய இயலாது ஆனால்

புரிந்து கொள்ளலாம்.

அவ்வாறு அதைப் புரிந்துகொள்ளச் சென்ற பல மலைப் பயணங்களின் அனுபவங்களும், இயற்கைச் சார்ந்த தேடுதலின் போதும், வழிப்போக்கில் சந்தித்த பல்வேறு வாழ்க்கை முறைச் சார்ந்த மனிதர்கள் , பழங்குடி மக்கள் என அனைவரிடமிருந்து கிடைத்த அறிவுச் சேகரங்களும் அதன் மூலமாகவே கிடைத்த சிந்தனைகளும் தான் "கடாரனும் குறுங்காடும" , "அவந்திகாவும் அன்னபூர்ணாவும்" என்ற இந்த இயற்கைச் சார்ந்த நெடுங்கதைகள் உருவாகக் காரணம்.

இயற்கையோடு இயைந்த வாழ்வியல் சார்ந்த இக்கதைகள் காலம் கடந்தும் இதைப் படிக்கும் உங்களை நிச்சயமாக மெய் சிலிர்க்க வைக்கும், இயற்கையோடு இயைந்து வாழத் தூண்டும் என்று கூறி உங்கள் கைகளைப் பற்றிப் புன்னகையோடு அன்னபூர்ணாவுக்கு அழைத்துச் செல்கிறேன்.

அஜய் விக்னேஷ்

நன்றி

"ஒரு மரத்தின் வளர்ச்சியை நம்மால் நன்றாக வெளிப்புறத்தில் காண இயலும் ஆனால் அதே மரத்தின் ஆழத்தைக் காண வேண்டுமானால் நாம் நம் கண்ணுக்குத் தெரியாத மரத்தின் வேர்கள் செல்லும் உட்புறத்துக்குத் தான் பயணப்பட வேண்டும்."

அதுபோல் இப்புத்தகத்துக்காக எவ்வித எதிர்பார்ப்பும் இன்றி, என்னைப் போன்று இயற்கையின் வாழ்வியலை மக்களுக்கு எடுத்துச் செல்ல வேண்டும் என்ற ஒற்றை நோக்கத்தோடு, இப்புத்தகத்தை முழுமையாகத் தட்டச்சு செய்து மேலும் அதைப் பல முறைப் பிழைத் திருத்தம் செய்து இன்று நீங்கள் இதைப் புத்தகமாய் வாசித்துக்கொண்டிருப்பதுக்கு முதன்மைக் காரணமாக அயராது உழைத்த செல்வி **கோகுலப் பிரியா** அவர்களுக்கு இந்நேரத்தில் என் நெஞ்சார்ந்த நன்றியைத் தெரிவித்துக்கொள்கிறேன்.

அவர்கள் மேன்மேலும் வெற்றியையும், மகிழ்ச்சியையும் அடைய இந்நேரத்தில் இயற்கையை நான் வேண்டிக்கொள்கிறேன்.

அதேபோல் நான் இப்புத்தகத்தை முழுமையாக எழுதி முடிப்பதற்கு முழுக்காரணமாய் இருந்த என்னுடைய தாய்க்கும், செல்வி சிவஸ்ரீ, தம்பி சுதன், தம்பி கார்த்திக்கும் நான் என்னுடைய நெஞ்சார்ந்த நன்றியைத் தெரிவித்துக்கொள்கிறேன்.

மேலும் இந்த நெடும் வயதிலும் இப்புத்தகத்துக்காக முதலில் தட்டச்சு செய்தும், பிழைத் திருத்தும் செய்தும் வாழ்த்துக்கள் உரைத்தும் ஊக்கப்படுத்திய புதுமைக்கவிஞர் ஐயா புலமைதாசன் அவர்களுக்கும் மேலும் வாசித்துக் கொண்டிருக்கும் அனைத்து நல் உள்ளங்களுக்கும் என் மட்டற்ற நன்றியைத் தெரிவித்துக்கொள்கிறேன்.

இப்புத்தகத்தில் இணைக்கப்பட்டிருக்கும் அனைத்துப் படங்களும் அடோபி செயற்கை நுண்ணறிவு & 'பயோடிவேர்சிட்டி ஹெரிடேஜ் லைப்ரரி' மூலம் உருவகம் செய்யப்பட்டது. எவ்விதக் கட்டணமும் இல்லாமல் பயன்படுத்திக் கொள்ள அனுமதித்த அடோபி மற்றும் 'பயோடிவேர்சிட்டி ஹெரிடேஜ் லைப்ரரி'க்கு மிக்க நன்றி.

இறுதியாக என் சிந்தனைகளுக்கு எழுத்துக்கள் கொடுத்த நான் என்றும் வணங்கும் இயற்கைக்கு நன்றி.

· x ·

1

அவந்திகாவும் மலையேற்றமும்

"அவந்திகா....! அவந்திகா....!"

அன்னபூர்ணாவில் பனிப்புயல்

இரவு முழுவதும் அந்த நெடும் பனி மலையில் உறைந்து கிடக்கும் பனிப்பாறைகளையும் பெயர்த்து எடுத்துப் போய்க்கொண்டிருந்தது கடும் குளிர் காற்று, அக்காற்றோடு அப்பனிமலை முழுவதும் பரவிக் கொண்டிருந்தது; அந்தக் குரல்.

"அவந்திகா... அவந்திகா... எங்க இருக்க..?"

நீண்ட நேரப் போராட்டத்துக்குப் பிறகும் கிருஷாலால் அவந்திகா பயன்படுத்திய தொலைநோக்கியில் இருந்த சில உதிரி பாகங்களை மட்டுமே கண்டுபிடிக்க முடிந்தது.

நெடுநேரம் தேடியும் அவந்திகாவைக் கண்டுபிடிக்க முடியாததால் தன் மகளை நினைத்து அந்த உறையும் குளிரில் (-15° C) அழுது பாதி உறைந்து போயிருந்தாள் சுவாதிகா.

இரண்டு அடுக்கு பாஷ்மினா கம்பளி ஆடையைத் தாண்டி மரத்துப் போகத் தொடங்கிய கைகள் கிருஷாலுக்குப் பனிக்காற்றின் வேகம் கட்டுக்கடங்காமல் உயரத் தொடங்கியதை உணர்த்தியது.

வேறு வழியில்லாமல் செய்வது அறியாது கூடாரம் நோக்கி நடுங்கித் திரும்பியவன் சுவாதிகாவைக் கண்டு மேலும் அதிர்ந்து போனான்.

கூடாரம்

கண்ட நொடியிலே சுவாதிகாவைக் கூடாரத்துக்குள் தள்ளியவன் வெகு வேகமாய் பையில் இருந்த லைட்டரை எடுத்து அருகிலிருந்த துணியைக் கடும் பாடுபட்டு எரிக்கத் தொடங்கினான்.

நன்றாக எரிந்த துணியை அணைத்த வேகத்திலே சுவாதிகாவின் கண்களில் மீண்டும் மீண்டும் வைத்து எடுத்தான்.

துணியில் இருந்த கடுமையான நெருப்பின் உஷ்ணம் கண்களில் பரவி ரண கொடுமையான வலியை நீண்ட நேரம் சுவாதிக்காவுக்குக் கொடுத்துக் கொண்டிருந்தாலும் மீண்டும் இந்த உலகத்தை அவள் பார்ப்பதற்கு அதுவே ஒரேயொரு வழியாக இருந்தது.

கடினமான உயிர்ப் போராட்டத்துக்குப் பிறகு கடும் பாடு பட்டு சுவாதிகாவைத் தோலுறைவில் (frostbite) இருந்து மீட்ட கிருஷால்; தோலுறைவு மேலும் சுவாதிகாவுக்கு வராமல் இருக்கச் சுற்றி இருக்கும் நிலையை அறிந்தும் தன்னுடைய முதல் அடுக்கு பாஷ்மினா கம்பளி ஆடையைக் கழற்றி அதை அவளின் மேல் சுற்றிப் படருமாறு போட்டு விட்டான்.

அதீத வலி சுவாதிகாவைத் தன்னிலை மறந்து உறங்க வைத்தது.

மிகுந்த வலியோடு நடுங்கிக் கொண்டிருந்த கிருஷால் வலிகளைத் தாண்டி அதீத மன வலிமையோடு இருந்தான்.

கிருஷாலுக்கு நன்றாகவே புரிந்தது - அவனுடைய போராட்டம் எளிதில் நிற்கப் போவதில்லை என்று. அது மாறாக விரைவாகக் குறைந்துகொண்டே போய்க்கொண்டிருக்கும் உஷ்ண நிலையிலிருந்தும் கூடிக்கொண்டே போய்க்கொண்டிருக்கும் கடும் பனிக்காற்றிலிருந்தும் தற்காத்துக் கொள்ளும் வரை மட்டுமின்றித் தன்னுடைய மகளைக் காக்கும் வரை நீடிக்கப் போகிறது என்று.

2

அன்னபூர்ணாவும் பேரழகும்

"அப்பா...! அப்பா...!"

கிருஷாலுடன் மலையேற்றம்

நீங்க பல வருடமாக முதன்மை மலையேற்ற வழிகாட்டியா (Trek Leader) இருக்கீங்க.

இதுவரைக்கும் எத்தனையோ பேரைப் பல்வேறு மலையேற்றத்துக்குக் கூட்டிட்டுப் போய் அவங்க வாழ்க்கையின் திருப்புமுனைக்கு ஒரு காரணமாக இருந்திருக்கீங்க.

"உங்ககூட வரலனா இவ்ளோ அழகும் ஆச்சர்யமும் நிறைந்த இயற்கையை எங்களால் கற்பனைக் கூட செய்து பார்த்திருக்க முடிந்திருக்காதுன்னு சொல்லி நிறைய பேர் ஆனந்தக் கண்ணீர் விட்டாங்கன்னு சொல்லி இருக்கீங்க".

அவந்திகாவின் பேச்சை இடைமறித்த கிருஷால்.

"அவங்க வாழ்க்கையில் ஏற்பட்ட திருப்புமுனைக்கு நான் ஒரு துளிக் கூட காரணம் இல்லை. இது எல்லாம் நாங்க தேடிப் போன இயற்கையோட சிறிய பரிசு" என்றான்.

"சரி... அதெல்லாம் இருக்கட்டும்.

நீ இப்படி எல்லாம் பேச மாட்டியே? என்ன பிளான் பண்ணிட்டு இப்போ இதைப் பத்தி பேசிட்டு இருக்கேன்னு எனக்கு ஐஸ் வைக்காம சொல்லு"

அவந்திகா சிரித்துக் கொண்டே, "அதெல்லாம் ஒண்ணும் இல்லப்பா..."

பெரு நிலவு

"அப்போ கண்டிப்பா ஏதோ ஒன்னு பெருசா இருக்கு... மறைக்காமல் ஒழுங்கா என்னனு சொல்லு"

"தயங்கிக்கொண்டே மெல்லிய குரலில் நாம கடைசியா மலையேற்றம் போய் ரெண்டு வருஷத்துக்கு மேலே ஆயிருச்சு பா. இன்னும் நாலு நாள் கழிச்சு எனக்கு இருபத்தி நாளாவது பிறந்த நாளும் வருது. அது கூட முக்கியம் இல்லப்பா. அதைவிட - சூப்பர் மூன் வருது..."

"சூப்பர் மூனா....? அப்படினா....?"

"நிலா அதோட சுற்றுப்பாதையில பூமிக்கு மிக நெருக்கமா இருக்கும். அதே நேரத்தில முழு நிலாவும் இருக்கும் பா. அதைத் தான் சூப்பர் மூன்னு சொல்லுவாங்க, அதாவது **பெரு நிலவு**".

"வாவ் சூப்பர்! அப்போ நாளைக்கு மறுநாளே நம்மளோட ஹம்தா பள்ளத்தாக்கு ரேஞ்சுக்கு மலையேற்றத்துக்குப் போயிருவோம்...! அங்க இருக்க ராணி நாலா ஆறுக்குப் பக்கத்துல கூடாரத்தைப் போட்டு ஜாலியா உன்னோட பிறந்தநளைப் பெருநிலாவோட கொண்டாடிருவோம்! அங்க இருந்தா சூப்பர் வியூவும் கிடைக்கும்."

"அப்பா....! அது வந்து...." என்று இழுத்த அவந்திகா கிருஷால் பேச்சை இடைமறித்தாள்.

"என்னாச்சு அவந்திகா....? அதான் எல்லாம் ஓகே பண்ணியாச்சே....?"

"இல்லப் பா...! நீங்க இதுக்கு முன்னாடி ஒரு தடவை ட்ரெக் எக்ஸ்ப்ளோரேஷன் (Trek exploration) போயிட்டு வந்து, நான் இதுவரைப் போன மலையேற்றத்திலே இத மாதிரி ஓர் மிகப் பிரமாண்டமான அழகான மலையைப் பார்த்ததே இல்ல, அங்க கூட பால்வெளி அண்டத்த தெளிவாப் பார்த்தேனு சொன்னீங்களே "அன்னபூர்ணா" மலையேற்றம், அங்க கூட்டிட்டுப் போங்கப்பா."

"அவந்திகா... நீ சொல்றது எல்லாம் உண்மைத் தான்....!

என்னோட இருபத்தி ஐந்து வருஷ மலையேற்றத்துல நான் பார்த்து, என்னை மறந்து வியந்த மலையேற்றம்னா அது அன்னபூர்ணா மட்டும் தான் அதுல ஒரு துளிக்கூட மாற்றம் இல்ல.

அதே மாதிரி என்னோட 25 வருஷ மலையேற்றத்துல நான் தொடங்கி முழுசா முடிக்க முடியாம போன ஒரே ஒரு மலையேற்றமும் அன்னபூர்ணா மட்டும் தான்." என்றவன் கண்களில் கனவு மின்ன மேலும் தொடர்ந்தான்.

அன்னபூர்ணா மிகப் பெரிய பிரமாண்ட இரம்மியம். அதோட ஒவ்வொரு ஏற்றமும் அவ்வளவு அழகா இருக்கும். அதே போல எந்தளவு அழகோ அந்தளவு ரொம்ப ரொம்ப ஆபத்தானது.

அன்னபூர்ணால எப்போது பனிப்புயல் வரும், எப்போது பனிச்சரிவு வரும்னு கொஞ்சம் கூட கணிக்க முடியாது.

எனக்கு இன்னும் நல்ல நினைவு இருக்கு. நாங்க கடைசி சிகரத்தை ஏறுவதற்குத் தயாராகிட்டு இருந்தோம். அப்போ கூட எல்லாமே ரொம்ப இயல்பா இருந்துச்சு. நாங்களும் அன்னபூர்ணாவோட சிகரத்தை இன்னும் கொஞ்ச நேரத்தில அடைய போற சந்தோஷத்துல துள்ளிக் குதிச்சிட்டு இருந்தோம் ஆனா நாங்க கண்ணை மூடி முழிக்கிறதுக்குள்ளே நிலையாக இருந்த வானிலை நிமிடத்தில் மாறி எங்க கண் முன்னால் பனிச்சரிவு ஏற்பட்டது.

அன்னபூர்ணாவின் பிரம்மாண்டம்

நல்ல வேலையாக, எங்களோட ரோப் சரியா இல்லைனு அதைச் சரி பண்ணிட்டு இருந்தோம். அதை மட்டும் சரி பண்ணாம நேரா போயிருந்தோம்னா இந்தக் கதையை இப்போ என்னால உன் கிட்ட சொல்லிட்டு இருக்க முடியாது.

நான் ஏன் அன்னபூர்ணா வேண்டாம்னு சொல்றேன்னு இப்போ உனக்குப் புரியுதா...?

அதனால அன்னபூர்ணாவைத் தவிர வேற எங்க போலாம்னு நீயே சொல்லுக் கண்டிப்பாகக் கூட்டிட்டுப் போறேன்."

"அப்பா...! மலையோட உச்சிக்கு ஏறும் போது தானே இதெல்லாம் நடந்தது ஆனால் நீங்க பால்வெளி அண்டத்தை இரம்மியமான நட்சத்திரக்கூட்டங்களை எல்லாம் பார்த்தது அன்னபூர்ணாவோட அடிவாரத்துல இருந்து மேலே உள்ள முதல் ஏற்றத்தில் தான்...? அதனால அது வரைக்குமாவது கூட்டிட்டுப் போங்கப்பா..."

அன்னபூர்ணாவும் பால்வெளி அண்டமும்

பல வருடங்களுக்கு முன்பு தான் சொன்னதை இன்று வரை ஒரு துளிக் கூட மறக்காமல் இவ்வளவு துல்லியமாக நியாபகம் வைத்து, அவந்திகா இப்படி ஒரு இக்கட்டான சூழ்நிலையில் தன்னை நிறுத்துவாள் என்று கிருஷால் சிறிதும் எதிர்பார்க்கவில்லை.

"இல்ல அவந்திகா... அன்னபூர்ணாவோட முதல் ஏற்றத்துக்குப் போறதுக்குக் கூட இந்தக் காலகட்டம் சரியானது இல்ல. அதுவும் இல்லாமல் நாலு நாள்

கழித்து வரப் போற சூப்பர் மூனைப் பாக்கணும்ம்னா நாம நேத்தே கிளம்பியிருக்கணும். அப்படி இல்லனாலும் குறைந்தபட்சம் இன்னைக்குக் காலையில் ஆச்சும் கிளம்பி இருக்கணும். இப்போ அதுக்கு கூட வாய்ப்பில்லை. சோ....! இங்க போக முடியலனா ஏற்கெனவே வேற ஏதாவது யோசிச்சு வச்சுருப்பியே அதைச் சொல்லு!"

அவந்திகா முகத்தைத் தூக்கி வைத்துக் கொண்டு "வேற எல்லாம் ஒன்னும் இல்ல..!" என்றாள்.

இருவரின் பேச்சையும் கவனித்துக் கொண்டிருந்த சுவாதிகா.

"கிருஷ்.... நீங்களே என்கிட்ட அன்னபூர்ணா பற்றி நிறைய தடவைச் சொல்லியிருக்கீங்க....!

நீங்க அதைப் பற்றி ஒவ்வொரு தடவைச் சொல்லும் போதும் உங்களோட முகத்தை நான் கவனிச்சு இருக்கேன். உங்க முகத்தில் எப்போதும் இல்லாத ஒரு பொலிவு, அதீத மகிழ்ச்சி இருக்கும்.

அதைப் பார்த்த எனக்கே ஒரு தடவையாவது அந்த அன்னபூர்ணாவைப் பார்க்கணும்னு ஆர்வத்தைத் தூண்டியிருக்கு.

அது மட்டும் இல்லாமல் அவ்வளவு அழகான அன்னபூர்ணாவுக்கு உங்களால மட்டும் தான் பாதுகாப்பாகக்கூட்டிட்டுப் போயிட்டு வர முடியும்னு தானே உங்ககிட்டு வந்து கேட்குறா. நீங்களே கூட்டிட்டுப் போகலனா, வேற யாரால கூட்டிட்டுப் போக முடியும்....

இந்த ஒரு தடவை அவ சொல்ற மாதிரி மலை அடிவாரத்திலிருந்து மேலுள்ள முதல் ஏற்றம் வரைக் கூட்டிட்டுப் போங்க."

"சுவாதி... அன்னபூர்ணா முதல் ஏற்றமே நீ நினைக்கிற மாதிரி அவ்வளவு எளிதல்ல. ஆனால் முயற்சிசெய்யலாம்."

அம்மாவின் கன்னத்தில் ஆழமான முத்தத்தைப் பதித்த அவந்திகா அதற்கு மேல் ஒரு நொடியும் தாமதம் செய்யாமல் பேக்கிங் செய்யத் துள்ளிக் குதித்து ஓடினாள்.

"வெறும் முயற்சி செய்யலாம்னு தானே சொன்னேன். போவோம்னு சொல்லலயே " என்று முணுமுணுத்தவன் எது எப்படியோ அம்மாவும் மகளும் சேர்ந்துட்டீங்க. இனிமேல் வேண்டாம்னு சொன்னால் விடவா போறீங்க?

நான் போய் நம்ம வளரி கிட்ட கை முழுவதும் போடுற மாதிரி செய்யச் சொல்லியிருந்த தோல் கையுறைகளை வாங்கிட்டு வந்துடறேன்."

"இன்னைக்குச் சாயங்காலம் கிளம்புனாத்தோன், நாலு நாள் கழித்து வரப்போகும் சூப்பர் மூனை அன்னபூர்ணால இருந்து பார்க்க முடியும். இல்லைனா அடிவாரத்திலிருந்து தான் பார்க்கணும்" என்று சொல்லிக் கிளம்பிய கிருஷாலைத் தடுத்து நிறுத்தியது,

"இதோ கிளம்பிட்டோம்" என்று அவந்திகாவோடு சேர்ந்து வந்த சுவாதிகாவின் குரல்.

அப்போதுதான் தனக்கு அடிக்கப்பட்ட ஆப்பை முழுவதுமாகப் புரிந்து கொண்டான், கிருஷால்.

3

அன்னபூர்ணாவும் பேரிடர்களும்

மூன்று நாட்களுக்குப் பின்னர்....!

மருத்துவமனை அவசரப் பிரிவில் இருந்த சுவாதிகாவும் கிருஷாலும் சாதாரண பிரிவுக்கு மாற்றப்பட்டனர்.

ரெண்டு பேரும் நான் நினைத்ததை விட வேகமாக தேறிட்டிங்க.

நான் கூட முதல்ல சுவாதிகாவை மருத்துவமனைக்குக் கொண்டு வந்தப்போது அவளால இனிமேல் பார்க்கவே முடியாதுனு தான் நினைத்தேன். நல்ல வேளை அவ கண் முழுவதும் பாஷ்மினா கம்பளியால சுற்றி இருந்ததால் பாதிப்பு பெருசா இல்ல. இருந்தாலும் தொடர்ச்சியா நான்கு நாளைக்கு தினமும் வெந்நீர் ஒற்றடம் கொடுங்கனு டாக்டர் மேரி சொல்லிக் கொண்டிருக்கும் போதே இருவரையும் சந்திக்க அவசரக் காலப் பேரிடர் மீட்பு முதன்மை அதிகாரி கார்ல் உள்ளே வந்தார்.

நல்ல வேளைக் கிருஷ் எப்பவும் போல மலையேற்றத்துக்குப் போறதுக்கு முன்னால என்கிட்ட தகவல் சொல்லிட்டுப் போனே. குடும்பத்தோட தானே போறோம்னு சொல்லாம போயிருந்தேனா இந்நேரம் எதுவுமே பண்ணிருக்க முடியாது. சரி அதவிடு கிருஷ்... நீ கடைசியா எங்க தான் இருந்தே.... என்ன தான் நடந்தது....?

எனக்குச் சரியாகக் கடைசியா என்ன நடந்ததுன்னு மட்டும் நினைவு இல்லக் கார்ல்.

ஆனா நானும் சுவாதிகாவும் கூடாரத்துக்குள்ள தான் இருந்தோம் எனக்கு நல்லா நினைவு இருக்கு பனிக்காற்று கூடாரத்தைப் பெயர்த்துட்டுப் போய்கிட்டு இருந்துச்சு அதோட வேகத்துல சிக்கி கூடாரத்தோடு உருண்டு போனோம்

அதற்கு அப்பறம் எனக்கு என்ன நடந்ததுனே தெரியல. கண் முழிக்கும் போது இங்க தான் இருந்தேன்.

"ரொம்ப ஆச்சரியமா இருக்கு கிருஷ். உங்களக் கண்டுபிடிக்கவே எனக்குக் கிட்டத்தட்ட ஒரு நாள் முழுவதுமா ஆகிருச்சு. அதுலேயும் நீங்க ஒடுங்கி இருந்த பாறை இடுக்கைச் சுற்றிப் பறந்துட்டு இருந்த பிணம் தின்னி கழுகு மூலமா தான் கண்டுணர்ந்தோம் ஆனா நீ சொல்ற மாதிரி டென்ட் எதுவும் அங்க இல்லயே.

சரி... எது எப்படியோ உயிரோட இருக்கிறதுக்குக் கடவுளுக்கு நன்றிச் சொல்லிக்கோ. நான் அப்பறம் உன்கிட்ட தனியா பேசிக்கிறேன்."

"கார்ல்... அவந்திகா...!" எனக் கிருஷால் கேட்டதும்,

பனிச்சரிவு

"சாரி கிருஷ்... இந்த நேரத்துல உங்ககிட்ட இதை எப்படிச் சொல்றதுனு தெரியல. அன்னபூர்ணாவில் தொடர்ந்து அடுத்தடுத்து பனிச்சரிவு... நான் ஆரம்பத்திலேயே சொன்ன மாதிரி நீ கடவுளுக்குத் தான் நன்றிச் சொல்லணும் உங்களைக் காப்பாத்துனதே ரொம்ப பெரிய ஆச்சர்யமா தான் எனக்கு இருக்கு.

இப்போ அங்க அளவுகடந்த பனிப்புயல் கிருஷ் அதுவும் நீ மேரி கிட்ட அவந்திகா கடைசியா சிக்குனப் பள்ளத்தைப் பற்றிச் சொன்னதை நான் கேட்டேன். உன்கிட்ட இப்போ இதைச் சொல்ல வேண்டாம்னு நினைச்சேன். இருந்தாலும், சொல்றேன் அந்தப் பெரிய பள்ளத்தாக்கே இப்போது அங்கே இல்லை.

பள்ளத்தாக்கு இருந்ததற்கு உண்டான எந்தத் தடயமும் இல்லாமல் முழுவதுமாக அங்கே பனி நிரம்பிருச்சு.

எப்படியாச்சும் அவந்திகாவைக் கண்டுபிடிச்சரலாம்னு தான் முயற்சி செய்தோம். ஆனால் அதுக்கு நாம கிட்டத்தட்ட கால் கிலோமீட்டர்த் தூரத்துக்கு நூறு அடி ஆழம் உள்ள பனியை மொத்தமாக எடுக்கணும். அதுக்கு வாய்ப்புக் கூட இல்லைனு தான் அந்த முயற்சியைக் கைவிட்டுட்டோம்."

அழகிய காலை வேளை!

அன்னபூர்ணாவின் இரம்மியம்

அன்னபூர்ணா அவர்கள் மூவரையும் வரவேற்றது....

அன்னபூர்ணாவின் முதல் சிகரத்தை அடைவதே அவ்வளவு எளிதான காரியம் இல்லை.

முதலில் நீண்டு நெடிதாக வளைந்து உயர்ந்துள்ள அதீதப் பனிமலைப் பாதைக்குள் பயணித்து, பின்னர் உறைந்து அகன்று இருக்கும் பனியாற்றை, ஆங்காங்கே உறைந்து நிற்கும் அருவிகளுக்கு அருகில் சென்று கடந்து, இறுதியில் கண்ணுக்கு எட்டும் தொலைவு படர்ந்து இருக்கும், பனியில் ஏறித் தான் முதல் சிகரத்தை அடைய முடியும்.

அன்னபூர்ணாவின் சிகரத்தை அடையும் பாதையில் இருக்கும் சிரமத்தோடு ஒப்பிடும் போது, இதெல்லாம் ஒன்றுமே இல்லைதான் என்றாலும் உறைந்த நீர்வீழ்ச்சிகளுக்கு அருகில் நிலவும் மிகக் கடுமையான குளிரின் தாக்கம் மற்றும் உறைந்த ஆற்றின் பாதையில் வீசும் பனிக்காற்றின் வேகமும் அவ்வளவு எளிதில் முதல் சிகரத்தை அடையவிடாது.

அதே நேரத்தில் எவ்வளவு தான் கடுமையான பயணமாக இருந்தாலும் இந்தப் பயணத்தின் போது காணக்கிடைக்கும் இயற்கையின் இரம்மியத்துக்கும் எண்ணிலடங்கா அனுபவத்துக்கும் ஈடு இணையே கிடையாது. நிச்சயமாக அது பயணம் செய்பவர்கள் யாராக இருந்தாலும் மெய் மறந்து போக வைக்கும்.

பயணத்தின் முதல் பகுதியான, வானுயர மலைகளைத் தொட்டு அதோடு நடந்து செல்லும் அனுபவம், சுவாதிக்குள் மிகப்பெரிய மாற்றத்தை ஏற்படுத்தியது.

அதுவே அவளை நீண்ட தூரம் பேசாமல் முன் நகர வைத்தது....!

பனிப்பறவையின் சத்தம் கூட சுவாதியின் செவியில் விழவில்லை. ஆனால் அதைக் கூர்மையாகக் கேட்ட கிருஷால், அவந்திகாவிடம், "ஆண் பறவைத் தன்னோட இணையைக் கவர முயற்சி செய்து கொண்டே இருப்பதைக் கவனித்தாயா?" என்று கேட்டான்.

"இல்ல.... நான் இன்னும் ஒரு பறவையையும் பார்க்கலையே....!" என்று அவந்திகா சொன்ன பதில், கிருஷாலுக்குச் சிரிப்பை உண்டாக்கியது....

"நீ பார்க்கணும்னு இல்ல. நல்லா கேட்டாலே போதும்" என்று கிருஷால் சொன்ன பிறகே, அவந்திகாவுக்குப் புரிந்தது.

"கொஞ்சம் விநோதமான சத்தமாக இருப்பதால் தான் அது தன்னோட இணையைக் கவர முயற்சி செய்கிறதா? இல்ல வேற ஏதாவது காரணம் இருக்கா....?" என்று சற்று முன்னால் கேட்ட பறவையின் சத்தம் சட்டென்று நினைவுக்கு வந்தவளாகக் கேட்டாள்.

நீ கேட்டது சரிதான். ஆனால் அது விநோதமானது இல்ல; வித்தியாசமானது.

பனிப்பறவை

இது ஒரு வகைத் திபெத்திய பனிப்பறவை. இதோட தலைச் சாம்பல் நிறத்திலும், கழுத்தில் கண்ணுக்குப் பின்புறம் மற்றும் கருமையான கன்னத்திற்கு மேல் வெள்ளைத் திட்டுடன் இருக்கும்.

இதோட குரல் எப்போதும் இப்படி இருக்காது. அது எப்போ தன்னோட இணையைப் பார்க்குதோ, அப்போது தான் அதைக் கவர இப்படி வித்தியாசமாக ரொம்ப சத்தமாகக் குரல் கொடுக்கும்.

அந்தப் பெண் பறவை உங்க அம்மாவ மாதிரி எவ்வளவு கூப்பிட்டாலும் திரும்ப மாட்டேங்குது என்று அலுத்துக் கொண்டான்.

அதைக் கேட்டதும் சற்று சத்தமாகச் சிரித்த அவந்திகா, அம்மாவின் சுட்டெரிக்கும் கோபமான பார்வையில், அந்தப் பறவையைப் பற்றி மேலும் தெரிந்து கொள்வதில் பேச்சைத் திருப்பினாள்.

"இந்த பனிக் காட்டுல எப்படி இது வாழுது....? இதுக்கு எங்க இருந்து உணவு கிடைக்குது....?"

"இந்தப் பறவை எப்படிப்பட்ட கஷ்டமான சூழ்நிலையையும் சமாளிக்கும் திறன் கொண்டது. குறிப்பாக, இந்தப் பறவையைப் பத்தாயிரம் அடிக்கு மேல

தான் பார்க்க முடியும். ஆனா, இப்போ இது இங்க தான் எங்கேயோ பக்கத்துல இருக்கு. அதற்குக் காரணம், இப்போ பனி இங்க ரொம்ப அதிகமாக இருப்பதால் தான். ஏன்னா, இது முக்கியமா செடிகள், இலைகள், சின்ன சின்ன பூச்சிகளைச் சாப்பிட்டுத் தான் வாழும். ஆனா, கடுமையான பனி இதை எல்லாம் மறைச்சிடும் அதனால தான் இது அதீதப் பனிக் காலத்துல உணவு தேடி கீழே வரும்.''

''ஓஹோ! அதனால தான் இப்போ இது கீழே வந்துருக்கா....! பறவைக்கே இந்த நிலைமைன்னா அப்போ இங்க ரொம்ப அரிதா இருக்குற பனிச்சிறுத்தைக்கும் இதே நிலைமைத் தானா பா, அப்படின்னா அதுவால எப்படி இந்தக் காலத்துல வேட்டையாட முடியும்? எப்படி உயிர் வாழ முடியும்...?''

பனிச்சிறுத்தை

''ஆமா அதுக்கும் வேறு வழியயில்ல. அது இப்போ நம்மளப் பார்த்துடக் கூடாதுனு வேண்டிக்கோ'' என்று சிரித்துக் கொண்டே சொன்ன கிருஷால்,

''அவந்திகா, பனிச்சிறுத்தையின் வேட்டையாடுதலே ரொம்ப வித்தியாசமா இருக்கும். முக்கியமா அது வேட்டையாடுறதே மலை ஆடுகளைத்தான். எதுவுமே இல்லாத நேரத்துல தான் சின்ன அணில் வகையயச் சேர்ந்த விலங்குகளை

வேட்டையாடும்.

ஆனா பெரும்பாலும் கடும் பாடு பட்டு மலை ஆடுகளைத் தான் வேட்டையாடும்.

"மலை ஆட்டை வேட்டையாடரது என்ன அவ்வளவு பெரிய கஷ்டமாப்பா"

"ஆமா! அதுக்கு ரொம்ப பொறுமைத் தேவை. குறிப்பாக, அது மலை உயரத்தில் வேட்டையாடுவதால், ரொம்ப பொறுமையும், மறைந்து தாக்குதலும் ரொம்ப முக்கியம்.

இந்தத் திறமைப் பனிச்சிறுத்தைக்கு அதிகமாக உண்டு என்று சொல்லிக் கொண்டிருக்கும் போதே,

தங்க கழுகு

அவர்கள் தலையைச் சுற்றிப் பெரிய தங்க நிற கழுகு ஒன்று வட்டமடித்துப் பறந்து கொண்டிருந்தது.

அதைப் பார்த்ததும் அதுவரைப் பேசாமல் நடந்து கொண்டிருந்த சுவாதிகா ஓடி வந்து கிருஷாலை அணைத்துக் கொண்டாள்.

"ஒரு வழியாக ஆண் பறவைத் தன்னோட இணையைக் கவர்ந்துவிட்டது" என்று சிரித்துக் கொண்ட கிருஷால், "ஆனால் அதோடு சேர்த்து அதற்குத்

தலைவலியும் வந்துவிட்டது" என்று கழுகைப் பார்த்துச் சொன்னான்.

கிருஷாலை நெருங்கிய அவந்திகா அவனின் தலையை அழுத்தித் தேய்த்து விட்டாள்...!

பனிப்பறவைகள்

"உலகிலேயே உயரமான எவரெஸ்ட் மலைச் சிகரத்திற்கே மலையேற்றத்துக்குக் கூட்டிட்டுப் போறீங்க.

இந்த அன்னபூர்ணாவுக்கும் ஒரு சரியான பாதையைக் கண்டுபிடித்துப் பாதுகாப்பாகக் கூட்டிட்டுப் போயிட்டு வந்தால் உங்களோட ட்ரெக்கிங் கம்பெனி எங்கேயோ போயிடும்.

ஏன்னா நிச்சயமா எவ்வளவு காசு கொடுத்துனாலும் இந்த மலையேற்றத்துக்கு மக்கள் வருவாங்க அவ்வளவு அழகும் ரம்மியமும் இங்க கொட்டி இருக்கு."

"நீ சொல்றது சரி தான் அவந்திகா. நாங்களும் அதுதான் யோசிச்சோம். ஆனா அன்னபூர்ணாவோட உச்சிக்குப் போறதுக்கு நாம நினைச்சா மட்டும் போதாது, அன்னபூர்ணாவும் நினைக்கணும்."

"அவந்திகா...! நாம எவரெஸ்ட் சிகரத்தையே வெற்றிகரமா ஏறி முடிச்சிருக்கோம். அதனால, அன்னபூர்ணாலாம் என்ன பெரிய விஷயமான்னு

மட்டும் நினைச்சிறாதே. அப்படி நினைச்சா அதுதான் மிகப்பெரிய முட்டாள்தனம்.”

“ஏன் பா, இப்படிச் சொல்றீங்க....? அப்படி என்னதான் இந்த அன்னபூர்ணால இருக்கு....?”

எவரெஸ்ட் உலகிலேயே மிகப்பெரிய சிகரம் தான்.

அதை ஏறுறது ரொம்ப ரொம்ப கஷ்டம் தான். அதை மறுக்கறதுக்கு இல்ல. ஆனால், இப்போ எவரெஸ்ட் ஏறுறதக்குப் பாதைக் கொஞ்சம் தெளிவா இருக்கு. எப்படி ஏறனும், எங்க தங்கனும், எப்போ பனிப் பொழிவு அதிகம் இருக்கும் என எல்லாத் தகவல்களும் கிட்டத்தட்ட நமக்கு இருக்கு.

இது எல்லாத்தையும் தாண்டி நீ எவரெஸ்ட் ஏறும் போது உனக்கு ஒரு பிரச்சனைனா உனக்கு உதவுறதுக்கு உன் கூடவே, இல்லனா உனக்கு முன்னாடி, அப்படி இல்லனா உனக்குப் பின்னாடி யாராவது வந்துகிட்டே தான் இருப்பாங்க.

ஆனா அன்னபூர்ணா அப்படிக் கிடையாது.

எவரெஸ்ட் சிகரத்தை அடைஞ்சவங்க இப்போ நிறையப்பேர் இருக்காங்க. ஆனா, அதுல கால்வாசி பேர்க் கூட அன்னபூர்ணால முடிக்கல.

இவ்வளவு ஏன் அப்படி முடிக்காமல் போனவங்கள்ள நானும் ஒருத்தன்.

ஆனா, நிச்சயம் ஒரு நாள் இந்த அன்னபூர்ணாவோட சிகரத்தை அடைவேன்.

அவந்திகா மற்றும் சுவாதிகாவின் சத்தம் அன்று அந்த மலையைக் காட்டிலும் மிகப் பெரியதாய் இருந்தது. காரணம், அவர்கள் கண் முன்னால் நீண்டு நெடுந்திருந்த அன்னபூர்ணாவின் காட்சி மற்றும் அதற்குச் செல்ல நீண்டு அகன்று உறைந்திருந்த பனி ஆறு.

எவரையும் மயக்கும் அந்த இரம்மியமான காட்சியைக் கண்டு மெய் மறந்து கண் இமை அசையாமல் நின்றனர் சுவாதிகாவும் அவந்திகாவும்.

அன்னபூர்ணாவின் ஈடு இணையில்லா அழகும், அதன் வாழ்வியல் சார்ந்த பேச்சுகளும் அவர்கள் கடந்து வந்த கடுமையான மலைப் பாதையின் சிரமத்தை அவர்களிடம் இருந்து மறைத்திருந்தது.

ஐந்தாயிரம் அடி மலையை ஏறி முடித்த களைப்பு இருந்தாலும், தற்போது அவர்கள் கண் முன்னே இருந்த காட்சி, அனைத்தையும் மெய் மறக்கச் செய்தது.

இங்கயே நாம் நம் கூடாரத்தைப் போடலாமே. நல்ல ஒரு காட்சி மற்றும் காற்றின் வேகமும் அதிகம் இல்லை என்றாள் சுவாதிகா.

"எப்போதும் மலையின் அடிவாரத்தில் கூடாரம் போடுவது மிகுந்த ஆபத்தானது" என்று கூறிக்கொண்டே சிறிது தொலைவு சென்று தடுப்பாக இருந்த பாறைகளின் அருகில் சென்று கூடாரத்தைப் போட்டான் கிருஷால்.

"அன்னபூர்ணாவின் முகப்பில் இருந்து சூரியன் மறையும் இந்த இரம்மியமான காட்சியை விடவா பெரிதாக ஏதாவது இருந்து விட போகிறது" என்று தந்தையின் மடியில் சாய்ந்தவாறே அந்த இரம்மியத்தை ரசித்துக் கொண்டிருந்தாள் அவந்திகா.

அவள் மேல் சாய்ந்து, கிருஷாலை ரசித்துக் கொண்டிருந்தாள் சுவாதிகா.

சூரியன் மறையும் காட்சியும் அன்னபூர்ணாவின் முகப்பும் உன்னை எந்தளவு ஈர்த்துள்ளதோ, அதைவிட பல மடங்கு அற்புதத்தை இரண்டு நாள் கழித்து அன்னபூர்ணாவின் கிழக்கு சிகரத்தில் இருந்து பார்க்கும் சூரிய உதயம் கொடுக்கும்" என்றான்.

சுவாதிகா , எந்தளவு சீக்கரமாக மேகி செய்தாளோ, அதே அளவு வேகமாய் அவந்திகா அவளுடைய தொலைநோக்கியை, அவர்கள் வரும் போது மெய் மறந்து பார்த்து நின்ற மலை அடிவாரத்தில் கொண்டு சென்று பொருத்தினாள்.

பின்னர்த் திரும்பி வந்து அவளுடைய பங்கு மேகியையும், குளிருக்கு இதமாகச் சுடச்சுட காபியையும் வாங்கிக் கொண்டு அவந்திகா மீண்டும் தொலைநோக்கியிடம் செல்லத் தொடங்கிய போது..

சூரிய அஸ்தமனம்

வெகு தூரத்தில் ஏதோ நாய் குரைப்பது போன்று அவளுக்குக் கேட்டது. அவந்திகா கிருஷாலிடம் அதைச் சொல்லவும்,

"நம்மைத் தவிர இங்கே வேற யாரும் கிடையாது. நாயும் இல்ல, பேயும் இல்ல. ரொம்ப நேரம் தொலைநோக்கியோடு இருக்காமல் சீக்கிரமாகக் கூடாரத்துக்கு வா" என்று சிரித்துக் கொண்டே சொன்னவன், 'சற்று தாமதமாக வா…!' என்று மறைமுகமாக அவந்திகாவுக்குக் கண்ணைக் காட்டினான்.

அவந்திகாவும் தொலைநோக்கியும் இணைபிரியா காதலர்கள். அதிலும் அன்று எவ்வித வெளிச்ச மாசுபாடும் இல்லாமல், தெளிவாகத் தெரியும் வான் காட்சிகளைக் கண்டு, கண் இமையாது இரசித்துக் கொண்டிருந்தாள்.

நீண்ட நாள்களுக்குப் பின் நெருக்கமாகப் பிணைந்த இவர்களை எப்படிப் பிரிக்க இயலும். எவராலும் பிரிக்க முடியாது அல்லவா. அதற்குப் பனிக்காற்றும் விதி விலக்கல்ல.

அதிகப் பனிக்காற்றின் வேகம், தொலைநோக்கியைக் கீழே தள்ளப் பார்த்தபோதுதான், பனிக்காற்றின் வேகம் கடுமையாகியதை உணர்ந்தாள்.

அவந்திகாவும் தொலைநோக்கியும்

அதற்கு முற்றிலும் மாறாக வெப்பக்காற்றைக் கூடாரத்தினுள் உணர்ந்து கொண்டிருந்தான் கிருஷால்.

பனிக்காற்றின் வேகம் அதிகரிக்கத் தொடங்கியதும் மேலே பட்டு சிறிது சிறிதாகச் சிதறி கீழே விழத்தொடங்கிய பனிச்சிதறலுக்குப் பின்னரே மலையின் அடிவாரத்தில் தான் இருப்பது அவளுக்கு நினைவுக்கு வந்தது. அடுத்த நொடியே ஆபத்தின் தீவிரத்தை உணர்ந்த அவந்திகா மேலும் தாமதம் செய்யாமல் உடனே அனைத்தையும் தூக்கிக் கொண்டு கூடாரம் நோக்கிச் செல்லத் தொடங்கினாள்.

நொடியில் பெருமளவு கூடிய காற்றின் வேகம் அவந்திகாவின் கையிலிருந்த தொலைநோக்கியைக் கீழே சாய்த்தது. கீழே விழுந்ததும் தொலைநோக்கியிலிருந்த மூடியும் சிவப்பு நிற போகஸ் கருவியும் கழன்று ஓடியது.

தொலைநோக்கியின் மூடி இல்லாமல் அதைப் பாதுகாப்பது கடும் சிரமம் என்பதால் தொலைநோக்கியை அங்கேயே பாதுகாப்பாய் வைத்துவிட்டு உருண்டு ஓடிய மூடியையும் போகஸ் கருவியையும் தேடிச் சற்று பாதையிலிருந்து விலகிக் கீழே சென்றாள் அவந்திகா.

கூடாரத்தின் பின் முகப்பிலிருந்த கேம்பிங் ஸ்டவ் காற்றின் வேகத்தில் பறந்து சென்று பாறையில் விழுந்த போது தான் நிலைமையின் விபரீதத்தை உணர்ந்த கிருஷால், சுவாதிகாவைக் கூடாரத்தை விட்டு வெளியேவரக்கூடாது என்று சொல்லிட்டு அதற்கு மேல் துளியும் தாமத்திக்காமல் அவந்திகாவை நோக்கி ஓடத் தொடங்கினான்.

பள்ளத்தாக்கில் கிடந்த மூடியைக் கண்டுபிடித்த அவந்திகாவின் கண்களுக்கு, சற்று தொலைவில் பாறையின் அருகில் விழுந்து கிடந்த சிவப்பு நிற போகஸ்ம் தென்பட்டது. அதையும் எடுத்துக் கொண்டு விரைந்து கூடாரத்துக்குச் சென்று விடலாம் என நினைத்து வேகமாய் கீழிறங்கிய அவந்திகா நிலைத் தடுமாறி விழப்பார்த்தாள்.

நெடும் பள்ளத்தாக்கு

சுதாரித்துக் கொண்டு பொறுமையாக நின்று சற்று மூச்சு வாங்கிய அவந்திகாவின் பார்வையில் பட்டது அவள் நிலைத் தடுமாறும்போது கால் பட்டு கீழே உருண்டு விழுந்த சிறு பாறை ஒன்று சில நிமிடங்கள் கடந்த பிறகே தரையை அடைந்து நொறுங்கியது.

தவறி விழுந்தால் எலும்பு கூடக் கிடைக்காத அளவுக்கு இருக்கும் ஆழத்தைக் கண்டு நடுங்கிப் போனவள் தட்டுத்தடுமாறி சிவப்பு நிற போகசை அடைந்து பெருமூச்சு விட்டாள் மேலும் நேரத்தைக் கடத்தாமல் மேலேற நிமிர்ந்தபோது உச்சிமலையிலிருந்து சரிந்த பெரும் பனியில் சிக்கி பள்ளத்தாக்கை நோக்கி அடித்துச் செல்லப்பட்டாள்.

தனக்கு நேரப் போகும் பெரும் விபரீதத்தைப் பள்ளத்தாக்கை நோக்கி உருண்டு செல்லும் போதே உணர்ந்து கொண்டாள்.

அந்தப் பனிச்சரிவின் பெரும் குரலுக்கு முன்னால் அவந்திகாவின் குரல் எவருக்கும் கேட்கும் வாய்ப்பு துளியும் இல்லை.

அவந்திகாவைத் தேடி வந்த கிருஷாலுக்கு அந்தக் கோரப் பனிச்சரிவின் சத்தமே உணர்த்த வேண்டியதைத் தெளிவாக உணர்த்திக் கொண்டிருந்தது.

அவனின் குரலை மேலும் நொறுக்கியது அந்தப் பனிச்சரிவில் நொறுங்கிச் சிதறி கிடந்த தொலைநோக்கி பாகங்கள்.

பனிச்சரிவின் வீரியத்தையும் அது சென்றிருந்த அகலபாதாளப் பள்ளத்தாக்கும் அவந்திகாவின் நிலையை உணர்த்தி இருந்தாலும் எப்படியாவது அவளைக் கண்டுபிடித்துவிட வேண்டுமென மணிக்கணக்காகத் தேடிக்கொண்டிருந்த கிருஷாலையும் சுவாதிகாவையும் அடுத்தடுத்த பனிச்சரிவு வேறு வழியில்லாமல் கூடாரத்தை நோக்கித் தள்ளியது.

காற்றின் வேகம் குறைவதாயில்லை. விடிவதற்குள் மேலும் இரண்டு பெரும் பனிச்சரிவு.

அவர்களின் கெட்ட நேரம் இரண்டு பனிச்சரிவுகளும் மிக மோசமானவை.

4

கொலைகளும் மேடம் விக்டோரியாவும்

நூலகம்

"இங்கு உன்னைத் தாண்டி எதுவுமே நடந்திருக்க வாய்ப்பில்லை...

நடந்ததை மறைக்காமல் உண்மையை அப்படியே சொல்லிடு இல்ல நாங்களே கண்டுபிடிச்சிட்டோம்னா நிச்சியமா யாராலும் உன்னைக் காப்பாற்ற முடியாது."

"சார் எனக்கும் இதற்கும் எந்தச் சம்பந்தமும் கிடையாது சார்... என்னை எப்படியாவது இதிலிருந்து காப்பாத்திருங்க சார்."

"சிவநாராயணன்... உங்களுக்கே தெரியும் இது எவ்ளோ பெரிய கேஸ், மேடம் விக்டோரியா எவ்ளோ பெரிய ஆள்னு.

எல்லா இடத்துல இருந்தும் அதிகமான அழுத்தம் உடனடியா குற்றவாளியைக் கைது செய்யனும்னு. அதுலயும் சில தரப்பினர்க் குற்றவாளியைக் கண்டுபிடித்ததும் கொல்லத் தயாரா இருக்காங்க.

நீ மட்டும் உண்மையைச் சொல்லிட்டேனா அதிகபட்சம் உன்னைச் சாகவிடாமயாச்சும் காப்பாத்திருவேன்."

சார்... நான் மறுபடியும் சொல்றேன்.

இதற்கும் எனக்கும் எந்தச் சம்பந்தமும் இல்ல. நான் என்ன நடந்ததோ அதை அப்படியே சொல்லிடறேன்.

சரி, உண்மை மாறாம அப்படியே சொல்லு.

"சரியாகச் சாயங்காலம் 6:30 மணிக்கு அரவிந்த் லைப்ரரிக்கு வந்தான் சார்.

அப்போ கூட அவன் கொஞ்சம் பதட்டமா தான் இருந்தான் சார்.

ஏன்னா எப்போதும் என்கிட்ட வந்து நல்லாப் பேசறவன் அன்னைக்கு சரியாக் கூட பேசல.

இதுல வேற அவன் எடுத்துட்டுப் போன புத்தகத்தைச் சரியான தேதிக்குக் கொண்டு வந்து கொடுக்காமல் இரண்டு நாள் கழிச்சு கொண்டு வந்ததைச் சொல்லிக் கூட திட்டுனேன்.

அதற்குக் கூட சரியா எதுவும் பேசாம, வெடுக்குன்னு லைப்ரரி கார்டை வாங்கிட்டுக் கிளம்பிட்டான்."

"தம்பி உங்களுக்கு எத்தனைத் தடவைச் சொல்றது?

புத்தகத்தைச் சரியான தேதிக்குத் திருப்பிக் குடுங்கன்னு.

இப்படி இரண்டு நாள் மூணு நாள் கழிச்சுப் புத்தகத்தைக் கொடுத்தா மத்தவங்க எப்படிப் படிக்கிறது? அடுத்த தடவ இந்த மாதிரி நடந்ததுனா கண்டிப்பா அபராதம் போட்டுருவேன்பா."

"சாரிண்ணா...! இனி மேல் இது மாதிரி நடக்காது. நீங்க என் கார்டை கொடுங்க."

'இந்தப் புத்தகமா? இந்தப் புத்தகத்தைத்தான் "மேடம் விக்டோரியாவும்" கொஞ்ச நேரத்துக்கு முன்னால் கேட்டாங்க. இப்போது அவங்க தனி வாசிப்பு அறையில் அல்லவா இருப்பாங்க!

சரி நமக்கென்ன? கேட்டதைக் கொடுத்துட்டு வந்துருவோம்.'

"சிதம்பரம்! என்னப்பா ரொம்ப நேரமா ஏதோ தேடிட்டு இருக்க?"

"இல்ல சார்... அதுவந்து இங்கதான் ஒரு முக்கியமான புத்தகம் இருக்கு. கண்டிப்பா அதை எடுத்து முழுமையாக உடனே படிங்னு அரவிந்த் சொன்னான். அதான் தேடிட்டு இருக்கேன்."

"அப்படியா....! சரி...சரி... மெல்லத் தேடு... எல்லாம் இங்க தான் இருக்கும்."

"என்ன ராதா கிருஷ்ணன் சார்...

ஏன் இப்படிக் கண் கலங்கிட்டு இருக்கீங்க?

புத்தகம் நனையற அளவுக்கு உங்க கண்ணுல இருந்து தண்ணீர் வரமாதிரி அப்படி என்ன இருக்கு சார் அந்தப் புத்தகத்துல ?"

"ரண கொடூரமான ஒரு குடியின் வரலாறு சார்... வரலாற்றுக் கொடுமைகளின் வலியை ஆசிரியர் உள்ளபடியே எழுதி இருக்கிறார். படிக்கும் போது நம்மை அறியாமலேயே கண் கலங்க வைக்குது."

"சரி சார்....! என்னமோ சொல்றீங்க....! நமக்கு இதுல்லாம் ஒன்னும் புரியாது. நமக்குத் தெரிஞ்சது எல்லாம் புத்தகத்தைப் பராமரிக்கிறது பாதுகாக்கறது அவ்ளோ தான்.

சரி, நீங்க படிங்க.

நான் இந்தப் புத்தகதை மேடத்துக்கிட்ட கொடுத்துட்டு வந்து மற்றதை உங்ககிட்ட கேட்டுக்கறேன்."

"மேடம் விக்டோரியாவிற்கென்று ஒரு தனியான வாசிக்கும் அறை இருக்கு. அந்த அறை முழுவதும் அவங்க புத்தகங்கள் மட்டும் தான் இருக்கும். எப்போதும் அங்க உட்கார்ந்துதான் படிப்பாங்க. அன்றும் அங்க தான் இருந்தாங்க சார்."

'என்ன இது டேபிள் முழுவதும் புத்தகமா இருக்கு? இவங்க வேற அதுல தலைய வச்சு படுத்துருக்காங்க. இப்ப எழுப்பிக் கொடுக்கலாமா இல்ல வச்சிட்டுப் போயிடலாமா...?'

"சரி நமக்கென்ன... மேடம் நீங்க கேட்ட புத்தகம் இங்க இருக்குன்னு சொல்லிட்டுப் புத்தகத்தை டேபிள் மேல வச்சிட்டு வெளிய வந்தேன்.

கரெக்ட்டா அப்போ கரண்ட் கட் ஆகிடுச்சு.

இந்தக் கரண்ட்க்கு வேற வேலையே இல்ல. இப்போ எல்லாம் அடிக்கடி போய்ட்டுப் போய்ட்டு வருது.

பக்கத்துல எல்லாப் பக்கமும் கரண்ட் இருக்கு இங்க மட்டும் தான் இல்ல. அப்போ பியூஸ் போயிருக்கும்."

"ராதா கிருஷ்ணன் சார்... ராதா கிருஷ்ணன் சார்...! உங்களுக்குத் தான் இந்த ஓயரைப் பத்திலாம் தெரியுமே. இந்த மின்சாரப் பெட்டியில என்னாச்சுன்னு

பாருங்க சார்...!''

"சார் நீங்க நினைக்குற மாதிரிலாம் எனக்கு அவ்வோளோலாம் தெரியாது ஏதோ எனக்குத் தெரிஞ்சதைப் பார்க்கறேன். வாங்க போலாம்..." என்று இருவரும் வாசல் நோக்கிச் சென்றார்கள்.

மேடம் விக்டோரியாவின் வாசிப்பு அறை

அங்கே இருந்த சிதம்பரம் "என்ன சார் இங்க மட்டும் தான் கரண்ட் போயிருக்கா... எனக்கும் கொஞ்சம் ஒயர்க் கனெக்க்ஷன் பண்ணத் தெரியும். நானும் வேணும்ணா வரவா!"

"அட வாடா...! எனக்கெல்லாம் அந்தப் பெட்டியைப் பத்தி என்னன்னு கூடத் தெரியாது. நானே ராதா கிருஷ்ணன் சார்க் கூட போகும்போது உனக்கு என்ன? வந்து எதாச்சும் பண்ணி சீக்கிரமாச் சரி பண்ணு பார்ப்போம்.''

மூவரும் மின்சாரப் பெட்டியைப் பார்க்க லைப்ரரியின் வாசலுக்குச் சென்றனர்.

ஒயர்ப் பியூஸ் போயிருக்குச் சார். ஏற்கனவே இங்க ஒரு எக்ஸ்ட்ரா ஒயர் இருக்கு. அதைக் கட் பண்ணி மாட்டிருவோமா சார்...?"

"என்ன வேணுலாம் பண்ணுங்க. ஆனா திரும்ப வெளிச்சத்தைக் கொண்டு வந்துருங்க" என்று சிரித்தார்.

இருந்த ஒயரை வைத்து மாற்றி மீண்டும் கரெண்ட் கொண்டு வந்தனர் ராதா கிருஷ்ணனும் சிதம்பரமும்.

கரெண்ட் வந்ததற்கு அப்பறம் சிதம்பரமும் அவனோட புத்தகத்தை எடுத்துட்டுப் போய்ட்டான்.

கொஞ்ச நேரம் கழிச்சு ராதா கிருஷ்ணன் சாரும் கிளம்பிட்டாரு.

அவங்க எல்லாரும் கிளம்பிய பிறகு தான் நான் லைப்ரரி மூடுற டைம் வந்ததும் மேடம் விக்டோரியாகிட்ட சொல்லப் போன போதுதான் அவங்க கொலைச் செய்யப்பட்டதே தெரியும்.

இதுதான் சார் நடந்தது. எனக்கும் இதற்கும் சத்தியமாக வேறெந்தத் தொடர்பும் கிடையாது."

"அது எப்படிக் கரெக்ட்டா உங்களுக்கு மட்டும் கரெண்ட் போச்சு...? சரி அதெல்லாம் விடு. நீ மேடம் ரூம்ல புத்தகத்தை வச்சிட்டு வெளியே வரும் போது உங்களைத் தாண்டி வேறு யாராவது லைப்ரரில இருந்தாங்களா?"

"இல்ல சார்.... நாங்க நாலு பேரு மட்டும் தான் இருந்தோம்."

"நீ மேடம் ரூம்ல இருந்து வெளியே வரும் போது மற்ற இரண்டு பேரு எங்க இருந்தாங்க?"

"சார்.... அவங்க இரண்டு பேரும் முன்னாடி தான் இருந்தாங்க. ஏன்னா மேடம் விக்டோரியாவோட வாசிப்பு ரூம் லைப்ரரியோட கார்னர்ல இருக்கு. அதனால என்னைத் தாண்டித் தான் அவங்க அங்க போக முடியும்."

"அவங்க இரண்டு பேருமே முகப்புல தான் இருந்தாங்க. என்னைத் தாண்டிப் போகல."

"உன்னைத் தாண்டி அவங்களும் போகல....

வேறு யாரும் அங்கே இல்ல.

நீயும் கொலைச் செய்யல.

அப்போ வேற யாரு தான் கொலைப் பண்ணிருப்பாங்க...?

நீ சொல்றதெல்லாம் வச்சுப் பார்க்கும் போது உன்னைத் தவிர வேறு யாரும் மேடம் விக்டோரியா ரூம்க்குப் போகல.

சொல்லப்போனா அவங்க இருக்குற பக்கம் கூட போகல. அப்போ கண்டிப்பா நீ தான்."

"சார்.... நடந்த எல்லாத்தையும் சொல்லிட்டேன். என்னை நம்புங்க சார்!"

"அப்போ நீ இல்லன்னா வேற யாரு? உனக்கு அவங்க இரண்டு பேரில் யார் மேலாவது சந்தேகம் இருக்கா?"

"இல்ல சார்! அவங்க இரண்டு பேரும் எனக்கு நல்லாத் தெரியும். கரண்ட் போன போது என்னைத் தாண்டிப் போகல. எனக்கு முன்னாடி அதாவது லைப்ரரியோட வாசல் பக்கம் தான் இருந்தாங்க.

யார் மேலேயும் சந்தேகமும் இல்ல. இவங்க எல்லாருமே ரெகுலரா வரவங்க தான்!"

"நீ சொன்னதை எல்லாம் ரெக்கார்ட் நோட்ல எழுதியிருக்கேன் இன்னமும் எந்தச் சரியான ஆதாரமும் இல்ல.

அதிகாரி **டேவி** வந்ததும் தான் தெரியும். உன்னை என்ன செய்யப் போறாங்கன்னு.

மறுபடியும் சொல்றேன். ஏதாவது தெரிஞ்சா உண்மையச் சொல்லிடு. இல்லைனா உன்னோட சேர்த்து உன் குடும்பத்தையும் சேர்த்து காலி பண்ணிருவாங்க."

குடும்பம் என்று சொன்னதும் பெரிதும் கலங்கியவர்ச் சார்•••, எனக்கு என்ன பண்றதுனு தெரியல.

உண்மைய பேசறவன்கிட்ட நூறு இல்ல ஆயிரம் தடவைக் கேட்டாலும் ஒரே பதில் தான்.

அதிகாரி டேவி வந்ததும் அவனை நோக்கிச் சென்றான் ராபர்ட்.

"என்னாச்சு ராபர்ட்? அந்தச் சிவநாராயணன் உண்மையயைச் சொல்லிட்டானா•••?"

"இல்ல டேவி••• எவ்வளவு கேட்டாலும் ஒரே பதில்••• இல்லைனு தான் சொல்றாரு•••" என்று சொல்லிக் கொண்டிருக்கும் போதே மாடியில் இருந்து குதித்துத் தற்கொலைச் செய்தான் சிவநாராயணன்.

"ராபர்ட்••• அவனைத் தனியாக விட்டுட்டு நீ ஏன்யா இங்க வந்த. இப்பப் பாரு. மாடிக்குப் போய் குதிச்சிட்டான். இப்ப இதுக்கு வேற பதில் சொல்லிட்டு இருக்கணும்" என்று தலையில் அடித்துக் கொண்டான் டேவி.

ராபர்ட்க்குத் தர்ம அடியைத் தவிர அனைத்தும் கிடைத்தது. மணிக்கணக்கான திட்டுதலுக்குப் பிறகே சற்று அமைதியான டேவி,

"யோவ் ராபர்ட்•••• மத்த மூணு பேரும் எங்கய்யா•••? ஏதாவது தகவல் கிடைத்ததா இல்லையா•••?"

இன்னும் இல்ல டேவி. அவர்களைக் கூட்டிட்டு வரத் தான் நம்ம டிம்மில் இருந்து ஜேம்ஸ் போயிருக்கான்.

பல மணி நேரம் கழித்து வந்தான் ஜேம்ஸ்.

தாமதமாக வந்த ஜேம்ஸிடம், "ஜேம்ஸ், இன்னும் ஆமை மாதிரி வா••• என்னை டேவி அடிச்சே கொன்னுட்டுப் போகட்டும். எங்கய்யா அந்த அந்த மூனு பேரும்?"

"இரண்டு பேரோடு வீடு பூட்டியிருக்கு. அக்கம் பக்கத்துல கேட்டதுக்கு எல்லாரும் தெரியலனு சொல்றாங்க. வந்தா தூக்கிட்டு வரச் சொல்லி நம்மோட ரூபியையும், ரிக்தமையும் காவலுக்குப் போட்டுட்டு வந்திருக்கேன்."

"சரி, ஓகே! இன்னொருத்தன் எங்க?"

"இன்னொருத்தன் தான் நேத்தே தற்கொலைப் பண்ணி செத்துட்டான்" என்று சொன்னதும் அனைவருக்கும் தூக்கிவாரிப் போட்டது.

தலைச் சுற்றியவாறு ஜேம்ஸ் சொல்லியதைக் கேட்டுக் கொண்டே உள்ளே வந்த டேவி,

"யாரு அது?"

"ராதா கிருஷ்ணன்."

"இது என்ன ராபர்ட் புதுக் கதையா இருக்கு? ஒன்னுமே புரியல!"

"டேவி... குழப்புறதுக்கு ஒன்னுமே இல்ல.

நேத்துச் சாயங்காலமே ராதா செத்து போய்ட்டதா பக்கத்துல சொல்றாங்க.

அதே சமயம் சிவநாராயணன், ராதா இங்கு தான் இரவு வரை இருந்து கரென்ட்லாம் சரி பண்ணானு சொல்லி, ராதா செத்ததே தெரியாம நம்மள ஏமாத்திருக்கான். எப்படியும் நாம கண்டுபிடிச்சிருவோம்னு தெரிஞ்சு தற்கொலைப் பண்ணிக்கிட்டான்."

"ஈஸி கேஸ் டேவி, பெருசா யோசிக்கறதுக்கு ஒன்னும் இல்ல."

"சரி அப்போ, அந்த இரண்டு பேரு ஏன் காணாமப் போய்ட்டாங்க? எங்க போனாங்க? அவங்க மேல தப்பு இல்லனா எதுக்குப் போகணும்?"

"டேவி, நீ சொல்றது கரெக்ட் தான். அவங்க எங்க போனங்கன்னு தெரியல. ஆனால் அவங்க இரண்டு பேரும் பயந்து தான் ஓடி போயிருக்காங்களா? இல்லத் தற்செயலா போயிருக்காங்களா? நமக்கு இன்னும் எதுவும் முழுமையாகத் தெரியல. ரூபியும் ரிக்தமும் அங்கதான் இருக்காங்க. பார்த்ததும் தூக்கிட்டு வரச் சொல்லிருக்கேன்."

'எனக்கு ஏதோ சரியாப் படல. ரொம்ப முக்கியமான கேஸ்ஸா வேற இருக்கு, உனக்கு என்ன பண்ணலாம்னு தோணுது ராபர்ட்?'

"எனக்கும் அவங்கள விசாரிக்கணும்னு தோணுது. ஆனா டேவி, இந்தக் கேஸோட தீவிரம் என்னனு நமக்குத் தெரியும். இந்தக் கேஸை இப்போ நாம முடிக்கலான மேல இடத்துல இருந்து மட்டும் அழுத்தம் வராது மேடம் விக்டோரியாவோட நெட்வொர்க் எவ்ளோ பெருசுனு நமக்குத் தெரியும். எல்லா இடத்துல இருந்தும் ரொம்ப பெரிய பிரச்சனை வரும் டேவி. அதனால எனக்கு என்னவோ இப்போதைக்கு ஜேம்ஸ் சொன்ன மாதிரி கேஸை முடிச்சறலாமாம்னு தோணுது."

டேவியின் தலை அசையவே....

சிவநாராயணன் தான், மேடம் விக்டோரியாவைக் கொன்று விட்டான் என்று கேஸ் முடிச்சாங்க, ராபர்ட் & டிம்.

ராபர்ட்& டிம்

என்னதான் கேஸை முடிச்சிருந்தாலும் தடவியல் சோதனை மற்றும் பிரேதப் பரிசோதனை ரிப்போர்ட் இரண்டும் சிவநாராயணன் இந்தக் கொலையைச் செய்யவில்லை என்ற செய்தியைத் தெளிவாச் சொல்லுது.

ஆனால் இது டேவிக்குத் தெரிந்தால் இந்தக் கேஸை முடிக்காமல் அந்த இரண்டு பேரையும் கண்டுபிடிங்க... செத்துப் போன ராதாவோட ரிப்போர்ட் எடுங்க என்று சொல்லி மேலும் மேலும் இந்தக் கேஸை ஒரு பெரிய தலைவலியாக மாற்றி விடுவான் என்று தெரிந்தே டேவியிடம் இருந்து இந்தச் செய்தியை மொத்தமாக ராபர்ட்& டிம் மறைத்து விட்டார்கள்.

உடனடியாகக் குற்றத்தைக் கண்டறிந்து அதுவும் இவ்வளவு பெரிய கேஸை வெற்றிகரமாக முடித்ததற்காகப் பதவி உயர்வு மற்றும் சம்பள உயர்வையும் பெற்றார்கள் ராபர்ட்& டிம்.

என்னதான் ரிப்போர்ட்ட மாற்றி டேவிக்கிட்ட இருந்து ராபர்ட் & டிம் தப்பிச்சிருந்தாலும் அந்த ரிப்போர்ட் ராபர்ட் கிட்ட போறதுக்கு முன்னாடியே மேடம் விக்டோரியாவோட மூத்த அண்ணன் ஜார்ஜ் கிட்ட போனது அவங்களுக்குத் தெரிஞ்சிருக்கத் துளியும் வாய்ப்பில்லை !

சிவநாராயணன் விக்டோரியாவ கொல்லனா அப்போ அங்கிருந்த யாரு கொன்னது ? எதுக்குக் கொன்னாங்க ?

சிவநாராயணன் விக்டோரியாவ கொல்லனா அப்போ அங்கிருந்த யாரு கொன்னது ? எதுக்குக் கொன்னாங்க ?

5
அவந்திகாவும் அன்னபூர்ணாவும்

அன்னபூர்ணாவில் சூரிய உதயம்

அன்று அந்தக் கடும் குளிர் பகலில் நாயின் குரைச்சல் மட்டும் விடாமல் கேட்டுக் கொண்டே இருந்தது. நேரம் செல்லச் செல்ல அதனின் சத்தம் மேலும் கூடிக்கொண்டே இருந்தது, இறுதியில் பனிச்சிறுத்தை அதனின் திசையை மாற்றிய பிறகே அதனின் சத்தம் நின்றது.

விடாத நாயின் குரைச்சல் சத்தம் பனிச்சிறுத்தையின் திசையை மாற்றியதோடு நில்லாமல் திசைத் தெரியாமல் மிகுந்த காயங்களோடு படுத்திருந்த அவந்திகாவையும் எழும்ப வைத்தது.

பனிச்சிறுத்தை

நீண்ட நாட்களுக்குப் பின் கண்களை விழித்தவளுக்குத் தான் இன்னமும் சாகாமல் உயிரோடு இருப்பது தெரிந்ததும் பெரும் ஆச்சரியம்.

ஒரு ஆள் மட்டும் தங்கும் அளவு சிறிய மரத்தினால் ஆன குடில். எளிமையாக இருந்த போதும் குடிலைச் சுற்றிலும் எங்கு பார்த்தாலும் ஒரே புத்தகங்கள்.

அதிலும் அவந்திகாவுக்கு மிகவும் பிடித்த தாமஸ் வில்லியம் வெப் (Web) எழுதிய "Celestial Objects for Common Telescope" ராபர்ட் ஸ்டாவெல் பால் எழுதிய "The story of the heavens" என்று வானியல்

மற்றும் ஆராய்ச்சி சார்ந்த பலவகையான புத்தகங்கள் இருந்தன.

அதில் ஒரு புத்தகத்தை எடுக்க எழுந்திருக்கும் போது தான், தன் கை, கால்கள் மீது சில கட்டைகள் படர்ந்திருப்பதை அறிந்தாள். பனிச்சரிவில் சிக்கிய போது தன் வலக்கை மற்றும் இடக்காலின் எலும்புகள் உடைந்தது அப்போது தான் அவளின் நினைவுக்கு வந்தது.

மரக் குடில்

"நான் நினைத்ததை விட, ரொம்ப வேகமாகச் சரியாகிட்டு வரீங்க...! இன்னும் கொஞ்ச நாள் தான், அதுக்கு அப்புறமா உங்க கைக் கால்களை அசைக்க முடியும். எப்பவும் போல எழுந்து நடக்க முடியும்."

திடிரென்று தனக்குப் பின்னால் கேட்ட குரலில் அதிர்ந்து திரும்பினாள் அவந்திகா.

இளைத்து இருந்தாலும் நன்றாக முறுக்கேறிய உடல்.... நெடுநெடுவென்ற உயரம்.... நீண்ட முடி மற்றும் தாடி.... ஆனால் அதற்கும் வயதிற்கும் சம்பந்தமே இல்லாத தோற்றம். தோராயமாக ஒரு முப்பது வயது மதிக்கத்தக்க இளைஞன்.

நிமிடத்திற்குள் அவனின் தோற்றத்தை மதிப்பிட்டு முடித்திருந்தவள் அவன் யாரென்று தெரியாததால் சொல்வதறியாது பார்த்திருந்தாள்.

"ரொம்ப நாள் கழிச்சு கண் முழிச்சிருக்கீங்க. முதல்ல இந்த மூலிகைக் குடிநீரைக் குடிங்க." என்று அவன் இயல்பாக நீட்டினான்.

அவன் யாராக இருக்கும் என்று யோசித்துக் கொண்டிருந்த நினைப்பை மறந்தவள், "மூலிகைக் குடிநீரா….? அப்படி என்ன இருக்கு இதுல..!" எனக் கேட்டுக் கொண்டே வெடுக்கென்று வாங்கினாள்.

பல நாட்கள் கழித்துத் தன் கையில் வெப்பத்தை உணர்ந்தவளுக்கு அந்தச் சூடு இதமாக இருந்தது.

"இது 'ரோடியோலா ரோசியா' - வேர்களைப் பதப்படுத்திச் செய்தது. அதிகப் புத்துணர்ச்சியைக் கொடுக்கும் அதோட ரொம்பவே மருத்துவக் குணம் வாய்ந்தது. முக்கியமா இப்போ உங்க உடம்புக்கு ரொம்ப தேவை. மெல்லக் குடிங்க" என்று சொல்லிவிட்டு உடனே வெளியே சென்று விட்டான்.

'தலை முழுக்க் கேள்வி என்னைக் குழப்புதே. என்ன ஏதுன்னு கேட்கறதுக்குள்ளே போய்ட்டானே' என வருத்தப்பட்ட அவந்திகாவின் நினைப்பை முழுவதுமாக அவள் மனதில் இருந்து நீக்கியது "ரோடியோலா ரோசியா" குடிநீர்.

நீண்ட நேரம் கழித்து….!

தான் சேகரித்த பழங்களை எடுத்துக் கொண்டு மீண்டும் உள்ளே வந்தவன், "இது காட்டு பெர்ரி பழங்கள். நன்றாகப் பழுத்துள்ளது, பொறுமையாக எடுத்து மெல்லச் சாப்பிடுங்க" என்றுவிட்டு மீண்டும் வெளியில் செல்லப் பார்த்தான்.

ஆனால், இம்முறை முன்பே சுதாரித்துக் கொண்ட அவந்திகா, "கொஞ்ச நேரம் இங்க உட்காருங்க, என்ன நடக்குதுனே எனக்குப் புரியல? தலையே சுத்தது?" என்றவுடன் அவன் அமைதியாகச் சற்று இடைவெளி விட்டு அமர்ந்தான்.

"நீங்க யாரு…?

உங்களோட பெயர் என்ன…?

நான் எப்படிப் பனிச்சரிவுல இருந்து இங்கு வந்தேன்….?" என்று அடுக்கடுக்காய் கேள்விக்களைத் தொடுத்தாள்.

"நீங்க இன்னும் நல்லா தேறுனதுக்குப் பிறகு எல்லாம் சொல்லிக்கலாம்னு நினைச்சேன். சரி நீங்களே கேட்கறீங்க சொல்றேன்.

என்னோட பெயர் "செங்கால்" என்னை நீங்க "கால்" னு கூப்பிடலாம்.

நான் கொஞ்சக் காலமாக இங்க தான் வாழ்ந்துட்டு இருக்கேன்.

நீங்க பனிச்சரிவுல சிக்கி பாறைல மோதி மயங்கிக் கிடந்தீங்க. அங்கிருந்து உங்களை இங்கே கூட்டிட்டு வந்து தேவையான சிகிச்சைக் கொடுத்தேன்" என்று சுருக்கமாக விஷயத்தைச் சொல்லி முடித்தான்.

"எனக்குச் சரியா என்ன நடந்தது….?

பாறையில் நான் போய் மோதிட்டேனா....! எனக்கு ஒன்னுமே ஞாபகம் இல்லை....? ஆமா அங்கிருந்து எப்படி இங்க கூட்டிட்டு வந்தீங்க....?"

இப்போது அவந்திகாவை அதிகம் பேச வைக்கக் கூடாதென்று தான் கால் அனைத்தையும் சுருக்கமாகச் சொன்னதே.

ஆனால் அவனுக்குத் தெளிவாகப் புரிந்து போனது, என்ன நடந்ததென்று முழுவதும் தெரியாமல் இவள் விட மாட்டாள் என்று....!

"நீ தொலைநோக்கியில் தெரிந்த பிரமாண்டமான காட்சிகளைப் பார்த்துக் கொண்டு சுற்றிலும் அதிகரித்துக் கொண்டிருந்த காற்றின் வேகத்தையும், பனிச்சரிவையும் கவனிக்காமல் விட்டுட்டே.

பனிச்சரிவு உன்னைக் கீழ்ப் பள்ளத்தாக்கை நோக்கி அடிச்சுட்டுப் போயிட்டே இருந்தது. உன்னோட நல்ல நேரம் இடையில் இருந்த பாறையில் போய் நேரா மோதிட்ட.

அந்தப் பாறைத் தான் உன்னைக் கீழ்ப் பள்ளத்தாக்குக்குப் போக விடாமல் தடுத்துச்சு. இல்லனா உன்னோட உடலைப் பல வருடத்துக்கு யாராலயும் பாத்துருக்கக் கூட முடியாது.

அப்போது கூட உன்னைக் காப்பாற்ற முடியாதுனு தான் நினைச்சேன். ஏன்னா நீ இருந்த இடத்தைத் தேடிக் கண்டுபிடிக்கவே எனக்குக் கால் மணி நேரத்துக்கு மேலே ஆகிருச்சு.

பனிச்சரிவுல சிக்கறவங்க. மூச்சு திணறல் ஏற்பட்டு அதிகபட்சமாகக் கால் மணி நேரத்துக்குள்ளேயே இறந்துருவாங்க.

நல்ல வேலையா உன்னோட கையைக் கூப்பித் தலைக்கு மேல வச்சதுனால, பனியில ஏற்பட்ட சிறு துவாரம் மூலமாகக் காற்று போய்க் கொண்டிருந்ததால் தான் உன்னை மூச்சுத் திணறல் ஏற்படாமல் காப்பாற்ற முடிந்தது."

அதைக் கேட்டு நெகிழ்ந்து போன அவந்திகா, "அது, எங்க அப்பா சின்ன வயசுல பனிச்சரிவுல மாட்டுனா என்ன செய்யனும்னு விளையாட்டா பேசிட்டு இருக்கும் போது சொன்னது. இன்னைக்கு அதுதான் என்னோட உயிரையே காப்பாத்திருக்கு" என்றவள்,

"ஆமா அந்தப் பாறைகிட்ட நான் எங்கே இருக்கேன்னு எப்பிடிக் கண்டுபிடிச்சீங்க....?" எனக் கேள்வி எழுப்பினாள்.

"உன்னோட தொலைநோக்கியில் இருக்கும் போகஸ் கருவியின் சிவப்பு நிறம் வெள்ளைப் பனியில மெலிதாகப் படர்ந்திருந்தது. அதை வச்சித் தான் அங்குள்ள பனியை விலக்கி உன்னை உடனே காப்பாற்ற முடிந்தது" என்று விளக்கினான்.

'நம்மள தவிர வேறு யாருமே இங்க கிடையாது' என்று அவளின் தந்தைச் சொன்ன வார்த்தை அப்போது தான் அவந்திகாவின் நினைவுக்கு வந்தது.

"நீங்க என்னைக் காப்பாற்றியதற்கு ரொம்ப ரொம்ப நன்றி...

ஆனா நான் பனிச்சரிவில் சிக்கியது உங்களுக்கு எப்படித் தெரியும்...?'' எனக் கேட்டாள்.

சிவப்பு நிற போகஸ்

கால் ரொம்ப நேரம் அவந்திகாவைப் பேச வைக்கக் கூடாதென்று நினைத்தற்கு முக்கிய காரணமே இந்தக் கேள்வி அவளிடம் இருந்து வந்துவிடக் கூடாதென்று தான் ஏனென்றால் கால்க்கு நிச்சயமாகத் தெரியும் மிகப் பெரிய தொடர்ச் சங்கிலி கேள்விகளின் ஆரம்பம் இந்தக் கேள்வி தான் என்று.

ஏதேதோ சொல்லிப் பார்த்தும் அவந்திகா சமாதானம் ஆகாமல் போகவும், 'இவ்வளவு அடி வாங்கிட்டு நடக்க முடியாமல் உட்கார்ந்துட்டு இருக்கும் போதே இவ்வளவு பிடிவாதமாக இருக்கிறாளே, நல்லா இருந்தால் இவளை எப்படிச் சமாளிக்க முடியும்...?' என்று யோசித்துக் கொண்டே முதலில் இருந்து சொல்லத் தொடங்கினான்.

''நீங்க மலை ஏறத் தொடங்கியதில் இருந்தே நான் உங்களைக் கவனித்துக் கொண்டு இருக்கேன்'' என்றவுடன்,

''நாங்க மலை ஏறத் தொடங்கியதில் இருந்தே கவனிச்சுட்டு இருக்கீங்களா...!'' என்று அதிர்ந்த அவந்திகா, ''நாங்க மலை ஏறத்

தொடங்கியது உங்களுக்கு எப்படித் தெரியும்...?" என்று புரியாமல் கேட்டாள்.

கால் சிரித்துக் கொண்டே "நீங்க மலை ஏறும் போது உங்களைச் சுற்றி ஒரு தங்கக் கழுகு பறந்தது ஞாபகம் இருக்கா...?" என்று கேட்டான்.

தங்க கழுகு

அவந்திகா நியாபகம் வந்தவளாக, "ஆமா...! நாங்க ஏறி வந்திட்டு இருந்த போது ஒரு கழுகு கொஞ்ச நேரம் எங்களைச் சுற்றிப் பறந்துட்டே இருந்தது.

அந்தக் கழுகுக்கும் நீங்க எங்களைப் பார்த்தற்கும் என்ன சம்பந்தம் இருக்கு? அந்தக் கழுகு வந்து மூணு பேரு நடந்து வந்திட்டு இருக்காங்கன்னு உங்க கிட்ட சொல்லிட்டுப் போச்சா என்ன?" என்று நக்கலாகக் கேட்டாள்.

கால் மீண்டும் சிரித்துக் கொண்டே, ஆம் என்று தலையசைக்கவும் அவந்திகா சிறு கோபத்தோடு, "சிரிச்சுக்கிட்டே இருக்காமல் உண்மையா என்ன நடந்ததுன்னு சொல்லுங்க" எனக் கடிந்து கொண்டாள்.

"அந்தக் கழுகு தான் எனக்கும் "பனிக்காரர்" களுக்கும் உங்களை அடையாளம் காட்டியது."

"பனிக்காரர்களா? ஒரு கழுகு அடையாளம் காட்டியதா? எனக்கு ஒன்னுமே புரியல.

கொஞ்சம் புரியற மாதிரி தெளிவா சொல்லுங்களேன்" என்று கோபத்தை விட்டு இறங்கி வந்து பேசத் தொடங்கினாள்.

இதற்குப் பின்னாடி ரொம்ப பெரிய கதை இருக்கு. எல்லாத்தையும் சொல்றேன், பொறுமையா கேளு." என்றவன் தொடர்ந்தான்.

பனிக்காரர்களும் அன்னபூர்ணாவும்

"அன்னபூர்ணாவுக்கு மலையேற்றம் பண்ண வர்றவங்களே ரொம்ப குறைவு தான். அதிலும், எல்லாரும் அன்னபூர்ணாவோட கிழக்குப் பாதைல தான் மலை-யேற்றம் செய்வாங்க.

அன்னபூர்ணாவைப் பற்றி மிக நுட்பமா தெரிஞ்சவங்களுக்கு மட்டும் தான் இங்க இப்படி ஒரு ரொம்ப சிறிய பாதை இருக்குறதே தெரியும்."

'நம்ம இவன் கிட்ட கேட்டதுக்கும், இவன் இப்போ சொல்லிட்டு இருக்குறதுக்கும் என்ன சம்பந்தம் இருக்கு' என்று யோசித்துக் கொண்டிருந்த அவந்திகாவுக்கு, 'நீங்க வந்தது நேர் எதிர் **மேற்கு பாதை**' என்று 'கால்' சொன்னதும் தான் ஏதோ மிகப் பெரிய சம்பந்தம் இருக்கிறது என்று புரிந்தது.

"இந்த பாதை மிகச் சிலருக்குத் தான் தெரியும்னு சொன்னேன்ல அந்த மிகச் சிலர் வேற யாரும் இல்லைப் பனிக்காரர்கள் தான்.

பனிக்காரர்கள் அன்னபூர்ணா மலையில காலம் காலமாய் தொன்மை மாறாமல் வாழ்ந்து வரும் ஒரு சிறிய பழங்குடி மக்கள்."

"காலம் காலமா அன்னபூர்ணாலயா? இங்க வாழ்ற சின்ன பறவைக் கூட பனிக் காலத்துல உணவு கிடைக்காம அதோட இடத்துல இருந்து மலை அடிவாரத்துக்குப் போயிடுது. அது மட்டும் இல்லாம கண்ணை மூடி திறக்கறதுக்குள்ள அடிக்கடி பனிச்சரிவு, பனிப்புயல்னு வருது. இதை எல்லாம் தாண்டி எப்படி இங்க வாழ முடியும்?" என்று கேட்டாள்.

"உன்னோட கேள்விக்கான பதில்... காலம் காலமாய் வாழும் பனிக்காரர்களின் வாழ்க்கையில் உள்ளது" என்ற 'கால்',

"நீ சொல்றது போலத்தான் பனிக் காலத்துல இங்க சிறு பறவைக்குக் கூட உணவு கிடைக்காது. ஆனா பனிக்காரர்களுக்குத் தட்டாமல் பெரிய பறவை மூலம் உணவு கிடைத்து விடும்.

பனிக்காலத்தில் அன்னபூர்ணாவில் கற்பனைச் செய்ய முடியாத அளவு கடும் பனி கொட்டும். அக்காலத்தில் வேட்டைக்குச் செல்வதும் இயலாத காரியம். உணவைத் தேடுவதும் முடியாத காரியம். ஆனால் நம் சிந்தனைக்கு மாறாகப் பனிக்காரர்களுக்கு அதுவே "வசந்த காலம்".

அதீதப் பனியில் சென்று பனிக்காரர்களால் வேட்டைச் செய்ய முடியாது. ஆனால், அவர்களின் கழுகுகள் அதைச் செய்யும்.

ஆம், அக்காலத்தில் பனிக்காரர்களின் முதன்மை வேட்டை "கழுகு வேட்டை" தான்" என்று சொன்ன காலின் வார்த்தைகளைக் கேட்டு நம்ப முடியாமல் திகைத்திருந்த அவந்திகா,

"என்ன சொல்நீங்க? கழுகு வேட்டையா?

இருப்பதிலேயே அதிக உயரமான மலைகளில் தான் கழுகு வாழும். முதலில் அங்கு செல்வதே மிகக் கடினம். அதையும் மீறி அங்குச் சென்றாலும் -
பனிக்காரர்களால் கழுகை எப்படிப் பிடிக்க முடியும்?

சரி, மற்ற எல்லாத்தையும் விடுங்க. பறவைகளோட அரசன் "கழுகு". அதை எப்படிப் பனிக்காரர்களால் பழக்க முடியும்...?" என்று அடுக்கடுக்காய் ஒரே நேரத்தில் அனைத்துக் கேள்விகளையும் கேட்டுவிட்டுத் திகைப்பு நீங்காமல் பெருமூச்சு விட்டாள் அவந்திகா.

மறுபடியும் கால், "நீ சொல்வது மிகச் சரி தான். மனிதன் கழுகைப் பிடிப்பதும் அதைப் பழக்குவதும் மிகமிகக் கடினம் தான். ஆனால் "முடியாதது" இல்லை.

பனிக்காரர்களின் சிறார்களுக்குப் பிறந்தது முதல் அறியும் வரை அவர்களுக்கு மலைக்காடுகள் சார்ந்த மிகவும் நுட்பமான செய்திகளையும் அவர்கள் குடியில் நடந்த மறக்க முடியாத வேட்டைகளையும், கதைகளின்

வாயிலாய் கூறிக் கொண்டே இருப்பர்.பனிக்காரர்களின் சிறார்களுக்குப் பிறந்தது முதல் அறியும் வரை அவர்களுக்கு மலைக்காடுகள் சார்ந்த மிகவும் நுட்பமான செய்திகளையும் அவர்கள் குடியில் நடந்த மறக்க முடியாத வேட்டைகளையும், கதைகளின் வாயிலாய் கூறிக் கொண்டே இருப்பர்.

வானுயரத்தில் இருக்கும் கழுகின் கூடு

அந்தக் கதைகளே சிறார்களை "எப்போது நாமும் இந்தப் பயணத்துக்குச் செல்வோம்" எனக் காக்க வைத்து விடும். எப்போது நம்முடைய நேரம் என்ற வெறியை அந்தக் கதைகளின் படியே வேட்டையாடிக் கொண்டிருக்கும் அவர்க-ளின் வளர்ப்போரின் வேட்டையாடுதல் தூண்டி விட்டு விடும்.

பனிக்காரர்களின் சிறார்கள் அவர்களின் பதினோராம் வயதில் அந்தக் கடும் பயணத்தைத் தொடங்கி விடுவர்."

"பதினோராவது வயதிலேயேவா....?" என்று வாயை பிளந்த அவந்திகாவின் வாயை மூட விட முடியாத படி, "அந்தச் சிறார்களில், பெண்களின் பங்கே அதிகம்..." என்று முடித்தான்.

"கழுகைப் பிடிப்பதும் அதை நன்கு பழக்குவதும் அவ்வளவு எளிதான காரியம் கிடையாது. அதற்கு வலிமை மட்டும் இருந்தால் போதாது அதீதப் பொறுமையும், காடுகள், மலைகள் அதைவிட கழுகுகள் சார்ந்த அறிவும்

முக்கியம்.”

"எல்லாம் சரி தான், எப்படித்தான் கழுகைப் பிடித்துப் பழக்குவாங்கன்னு சொல்லுங்க.” என்று ஆர்வம் தாங்காமல் கேட்டாள்.

“கழுகு பிடிப்பதற்கு முதல் படி கழுகுடைய கூட்டைக் கண்டுபிடிப்பது தான். அது அவ்வளவு எளிதான காரியம் இல்லை. ஏனென்றால் மலைகளோட உச்சி இடுக்கில் தான் அவை இருக்கும்.

ஒவ்வொரு முறையும் ஒரு கூர்மையான மலையோட உச்சியை ஏறிட்டு இறங்குவதற்கு வாரங்கள் ஆகறதோட, பல மாத சக்தியும் செலவாகும்.

இது எல்லாத்துக்கும் மேல ஒவ்வொரு மலைப் பயணமும் உயிரைப் பணயம் வச்சு ஏறி இறங்கறதாத்தான் இருக்கும்.

பனிக்காரர்களும் கழுகுகளும்

அதனால் பனிக்காரர்கள் அவங்களோட பெரும்பான்மையான நேரத்தைக் கழுகைப் பற்றித் தெரிந்து கொள்வதிலும் அதை உன்னிப்பாகக் கவனிப்பதிலும் தான் செலவிடுவாங்க.

கழுகோட கூட்டைக் கண்டுபிடிச்சாலும் அங்க உடனே செல்ல மாட்டாங்க.”
“ஏன்...?” என அவந்திகா கேட்டதும்,

"கழுகோட கூட்டைக் கண்டுபிடுச்சா மட்டும் போதாது. அங்கிருக்கக் கூட்டுல கழுகுக் குஞ்சு இருக்கான்னு தெரியணும். அதைக் கண்டுப்பிடிக்கணும்னா ரொம்ப பொறுமைத் தேவை.

இப்படிக் கழுகுக் கூடு. கழுகுக் குஞ்சுன்னு எல்லாத்தையும் கண்டுப்பிடிச்சதுக்கு அப்பறம் தான் கழுகோட கூட்டுக்கு, மறைந்து போகுற பாதைய தேடுவாங்க. சில சமயம் சில பாதையை உருவாக்கிப் போவாங்க.

கழுகுக் கூட்டுக்குப் போறத்துக்கு மனதில் பாறையளவு தைரியம் வேணும். ஏன்னா கூட்டை நோக்கி போறது கழுகுக்குத் தெரிஞ்சதுன்னா மரணம் நிச்சயம்."

"கழுகு மனிதர்களைக் கொன்று விடுமா...?" என்று அவந்திகா பயந்து போய்க் கேட்டாள்.

கழுகு வேட்டை

"நிச்சயமாக...! ஏன்னா... கழுகோட கூடு கண்டிப்பா கூர்மையான உயரமான மலைகளோட உச்சியில தான் இருக்கும். அங்க நாம அதோட கூட்டுக்குப் போகும் போது அதோட பார்வையில சிக்கிட்டோம்னா அதீத வேகம் கொண்டு நம்மைத் தாக்க வரும். அதோட தாக்குதலில் இருந்து தப்பிக்கவும், அதோட திசையை மாத்த போராடும் போதும், மலை உச்சியில இருந்து கீழே விழுவதற்கு

வாய்ப்பு ரொம்ப அதிகம்.

இன்னமும் முக்கியமா சொல்லணும்னா, பனிக்காரர்களால் கூட அந்த நிலையில் அவர்களைப் பாதுகாக்க முடியாது.

கழுகுகளோட கூட்டுக்கு அதோட கண்களுக்குச் சிக்காமப் போகணும். அதே மாதிரி கழுகு கூட்டுக்குப் பக்கத்தில் நெருங்கியதும், தங்களோட இடுப்பில் கட்டி தூக்கிட்டு வந்த உயிரோடு உள்ள முயல்கள் அல்லது அணில்களைக் கழுகு பார்வையில படுற மாதிரி ஓட விடுவாங்க.

இது தான் இருக்கறதுலேயே ரொம்ப கஷ்டமான நேரம், கழுகு அந்த உணவைப் பிடிக்க எடுத்துக்குற நேரத்த விட குறைவான நேரத்துல, கூட்டுல இருக்குற கழுகுக் குஞ்சை எடுத்துடனும். கொஞ்சம் தாமதம் செஞ்சாலோ இல்ல ஏதாவது தவறு நடந்தாலோ பனிக்காரர்களால் அவர்களின் சொந்தங்களைத் திருப்பிப் பார்க்கவும் இயலாது.

அவர்களின் சிறு துண்டு எலும்பும் கிடைக்காது.

கழுகு அந்த உணவைப் பிடிக்கும் அந்தக் கண நொடியில் கழுகுக் குஞ்சை இடுப்பில் உள்ள வேர்க் கூடையில் போட்டுவிட்டு, ஏறுனதை விட, மிகக் கவனமாக, அதி வேகமாக அந்த இடத்தை விட்டு இறங்க வேண்டும்.

அதே சமயம் முக்கியமா அந்நேரத்தில், பனிக்காரர்கள் அடி வாங்கினாலும் வாங்குவார்களே தவிர்த்து, துளிக்கூட அந்தக் கழுகு குஞ்சுக்கு எதுவும் நேராமல் பார்த்துக் கொள்வர்.

ஒரு வழியாக மிகக் கடினமான மலைகளில் ஏறி, கரணம் தப்பினால் மரணம் என்ற நிலையில் கழுகை எடுத்து வந்திருந்தாலும், இருப்பதிலே மிக மிகக் கடினமான செயலே பனிக்காரர்களுக்கு அதற்குப் பின்னர் தான் உள்ளது.

அதுதான் கழுகைப் பழக்குவது. இதை மேலும் கடினமாக்கும் செயல் என்றால் அந்தக் கழுகுகளைப் பனிக்காரர்களின் சிறார்களே பழக்க வேண்டும்.

நீண்ட நாள் வேர்களின் நாறுகளால் பின்னப்பட்ட கயிற்றில் பிணைக்கப்பட்டு, பறக்காமல் கடும் கோபத்தோடு இருக்கும் கழுகின் அருகில் அவ்வளவு சீக்கிரம் நெருங்க முடியாது.

இருப்பினும் தைரியத்தைத் திரட்டிப் பயந்து பயந்து சிறிது தூரம் முன் சென்றும், நெடும் இடைவெளி விட்டும் இறைச்சியைக் கழுகுக்குக் காட்டுவார்கள்.

கடுமையான பசி மற்றும் இறைச்சியின் மணம் கழுகைச் சுண்டி இழுக்கும். இறைச்சியைப் பற்ற வரும் கழுகிடம் இருந்து காத்துக்கொள்ள, பாறையைப் பிளந்து மிக வலிமையாக வளரும், ஐப்பின் அஸானியா ("Aiphine azania") செடியின் வேர்களைக் கையில காப்பாகச் சுற்றியிருப்பாங்க.

என்னதான் வலிமையான வேர்கள் கைகளில் பாதுகாப்பாகச் சுற்றி இருந்தாலும் பசியில் இறைச்சியைப் பற்ற அதீத வேகத்தோடு கைகளில் வந்து நிற்கும் கழுகின் கூர்மையான நகங்கள், பனிக்காரச் சிறார்களின் கைகளில் அய்ப்பின் அஸானியாவின் கடினமான வேர்களைக் கடந்தும் கைகளில் இறங்கும்.

இதில் மிகக் கொடுமை என்னவென்றால், அது உயிரே போகும் அளவு மிக அதீத வலியை ஏற்படுத்தும் இருப்பினும் அச்சமயத்தில் சிறார்கள் கைகளை அசைக்கவோ, சுற்றவோ கூடாது.

ஐப்பின் அஸானியா வேர்கள்

ஏனெனில், முதன் முறையாக இறைச்சியை உண்ண வரும் கழுகு அச்சம் அடைந்து விட்டால், அதற்குப் பின் சாகும் வரை உண்ணவும் செய்யாது, அவர்களின் அருகிலும் வராது.

அதனால் தான் கடும் பாடுபட்டுக் கழுகைப் பிடிப்பதைக் காட்டிலும், அதனை முதன் முதலில் பழக்குவது மிகக் கடினம்.”

மிகவும் வியந்து போய் கேட்டுக் கொண்டிருந்த அவந்திகா, சிறார்களின் வலியை நினைத்தவுடன் கலங்கி, “கழுகைப் பழக்குவதற்கு எவ்வளவு காலம்

ஆகும்...?" என்று தழும்பிக் கேட்டாள்.

"அது கழுகைப் பொருத்தும், அதைப் பழக்குபவரின் செயல்களைப் பொருத்தும் தான் உள்ளது".

ஆனால் ஒரு கழுகு அதைப் பழக்குபவரை நம்புவதற்குக் குறைந்தது ஏழு முறையாவது பயமில்லாமல் அவர்களின் கைகளில் அமர்ந்து, இறைச்சியை உண்ண வேண்டும்.

இறைச்சியை ஏழு முறைக்கு மேல் சிறிதும் பயமில்லாமல் உண்ட பின்பே கழுகு அதனைப் பழக்குபவரை முழுமையாக நம்ப தொடங்கும்.

அதன் பிறகு பல மாதங்கள் பல விதத்தில் பனிக்காரர்கள் அந்தக் கழுகைப் பழக்குவர்.

இப்படி நன்கு பழகிய கழுகை ஒரு நாள் அழைத்துக் கொண்டு மலைகளின் உச்சிக்குச் சென்று உயிரோடு ஓடவிடப்பட்ட இரையைக் காண்பிப்பர்.

இதுவே கழுகைப் பழகியதற்குப் பின் உள்ள மிகக் கடினமான செயல். ஏனெனில், இதுவே கழுகைப் பழக்கியவரின் திறனை வெளிக் கொண்டு வரும்.

நன்கு பழகிய கழுகுகள், இரையை நொடியில் அடித்துத் தூக்கி கொண்டு வந்து பழக்கியவரிடம் கொடுக்கும்.

"நன்றாகப் பழக்காத கழுகுகள் என்ன செய்யும்...?" என்ற அவந்திக்காவின் கேள்விக்கு, கால்

"நிச்சயமாக பறந்த கழுகுகள் திரும்பி வரவே வராது. ஆனால் அவ்வாறு நடப்பது மிக அரிது ஏனெனில் பனிக்காரர்கள் கழுகைத் தங்களுடைய தெய்வமாய் பார்ப்பர். அதை வீட்டில் ஒருவராய் நினைத்தே வளர்ப்பார்கள். வளர்க்கும் போதும் அவர்களின் வளர்ப்பில் அளவுகடந்த உண்மை அன்பு இருக்கும் அதனாலோ என்னவோ நன்று பழகிய கழுகுகள் பழக்கியவரிடம் இருந்து ஒரு போதும் பிரிந்து செல்லாது.

அதோடு உயிரே போகிற நிலை வந்தாலும் பழக்கியவரை எங்கிருந்தாலும் ஆபத்தில் இருந்து மீட்க ஒருபோதும் தயங்காது.

கடினமான பனிக்காலத்தில் இக்கழுகுகளின் மூலமே பனிக்காரர்களுக்குத் தட்டாமல் உணவு கிடைக்கிறது. இருப்பினும் கழுகுகளைத் தொடர்ச்சியாக வேட்டைக்கு அனுப்ப மாட்டார்கள் அதேபோல சில ஆண்டுகள் கழித்து நீண்ட நாள் வேட்டைக்குச் சென்று பனிக்காரர்களைக் காத்த கழுகுகளுக்கு முழு நீள மலையாட்டைப் பரிசாக அளித்து நிரந்தரமாகப் பறக்க விட்டு விடுவார்கள்.

பனிக்காரர்களின் வாழ்விலும், அந்தக் கழுகுகளின் வாழ்விலும், அதுவே மிகத் துயரமான நாள்.

ஏனெனில், எப்போதும் இறையைக் கண்டுச் சீறிப் பாயும் கழுகு முழு நீள மலையாட்டைப் பார்த்ததும் பதுங்கிக் கைகளை இறுக்கும். இருப்பினும்

பனிக்காரர்கள் அதை வேறு வழியின்றிப் பிரித்து அனுப்புவார்கள் .

பலமுறைத் திருப்பிப் பழக்கியவரிடம் வந்தடையும் கழுகுகள் நீண்ட நாட்களுக்குப் பிறகே அவர்களைப் பிரிந்து, காடு ஆளப் பறந்து செல்லும். அப்படிச் செல்லும் கழுகு பிரிந்த பின்பும் பனிக்காரர்களுக்கு உதவிக் கொண்டே தான் இருக்கும். புதிதான மனிதர்கள் வரும் போதும் ஆபத்தான விலங்குகள் வரும் போதும் வானை ஏழு முறை வட்டமிட்டுப் பனிக்காரர்களுக்குச் சமிக்ஞைச் செய்யும்.

இது என்னதான் பனிக்காரர்கள் பழக்கும் போது கற்றுக் கொடுத்திருந்தாலும் அவர்களைப் பிரிந்த பின்னும் தன்னைப் பாதுகாத்து உணவு அளித்த நன்றிக்காக அதனின் காலம் முடியும் வரை ஏதாவது ஒரு வகையில் உதவி செய்துகொண்டே இருக்கும்."

அவந்திகா உடனே தாங்கள் நடந்து வந்த போது ஏழு முறைத் தங்கக் கழுகு சுற்றியதன் காரணத்தைக் கால் சொன்னதன் மூலம் அறிந்து மிகுந்த ஆச்சரியத்தில் ஆழ்ந்திருந்தாலும், அவளின் மனத்தில் ஒரு பெரிய நெருடல் இருந்துக் கொண்டே இருந்தது.

கழுகின் கூர்மை

"என்னோட கற்பனையில் கூட சிந்திக்க முடியாத அளவுக்கு ஒரு பிரமிப்பான வாழ்க்கை முறையைப் பனிக்காரர்கள் வாழ்வது ரொம்ப ரொம்ப ஆச்சர்யமாக இருக்கு. ஆனா தங்களோட உயிரையே பணயம் வைச்சு இரத்தம் சிந்திக் கடுமையாக உழைத்துப் பாடுபட்டுப் பழகிய கழுகை எப்படி அவர்கள் நிரந்திரமாகப் பறக்க விடறாங்க...? எப்படி அவங்களால இதைச் செய்ய முடியும்...?"

"நாம் என்றும் நம்முடைய தேவையை மட்டும் சிந்திக்காமல் இயற்கையைப் பற்றியும் சிந்திக்கிறோமோ அப்போது தான் நம்மால் காலம் கடந்தும் இயற்கையோடு சேர்ந்து நிற்க முடியும்.

தேவையைக் கடந்து கழுகைப் பயன்படுத்தினால் தங்களின் வேட்டையாடுதலின் பலம் குறைந்துவிடும் என்பது அவர்கள் நம்பிக்கை.

அதனால் அவர்களால் வேட்டையாட முடியாத சூழலில் மட்டும்தான் கழுகு வேட்டையைப் பயன்படுத்துவர்.

அது மட்டுமின்றிக் காட்டின் உணவுச் சங்கிலியின் முக்கியத்துவத்தையும் தேவையையும் நன்கு உணர்ந்தவர்கள் அவர்கள். ஆகையால், அவ்வளவு கடினப்பட்டுப் பழக்கிய கழுகையும் அன்போடு பறக்க விடுவார்கள்.

இறுதியாகப் "பறவைகளின் அரசன்" எப்போதும் காடு ஆழ்வான்.

காலம் காலமாய் பனிக்காரர்கள் இங்கு வாழ்ந்து வருகிறார்கள் என்று முதலில் 'கால்' சொல்லிய போது நம்பாத அவந்திகா அவர்களின் இயற்கையோடு இயைந்த வாழ்வு பற்றி அறிந்ததும், அதை ஆணித் தரமாக நம்ப வைத்தது.

"பனிக்காரர்களிடம் தங்கக் கழுகு அதிகம் இருப்பதன் காரணம் என்ன?" என்று அவந்திகா கேட்டதும்.

"பெரும்பாலும் அவர்கள், பெண் தங்கக் கழுகுகளையே அதிகம் விரும்புவர். அதற்கு முக்கிய காரணம் வளர்ச்சி...

பெண் தங்கக் கழுகுகுள் மிகப் பெரிதாக வளரும் அத்தோடு அதன் வேட்டைத் திறனும் அதிகம்.

சாதாரணமாக ஒரு பெண் தங்கக் கழுகால் ஒரு முழு நீள பனி ஓநாய், நரியை வேட்டையாட முடியும். அதிலும் வேட்டையாடிய அந்த இரையை அங்கிருந்து பனிக்காரர்களின் குடிலுக்கு எடுத்துச் சென்று விடும்."

கழுகு வேட்டையின் கதையில் ஆழ்ந்து மூழ்கி இருந்த அவந்திகாவுக்குத் தற்போது தான் அவர்களைக் குறித்த சமிக்ஞைப் பனிக்காரர்களுக்குச் சென்றிருக்கும் என்று நினைவுக்கு வந்தது இருப்பினும் எவரும் தங்களை நோக்கி வராததன் காரணத்தைக் 'காலி'டம் கேட்டாள்.

"பனிக்காரர்களின் சிறார் எனக்கு முன்பே உங்களைப் பார்த்துச் சென்று விட்டான். இருப்பினும், பனிக்காரர்கள் உங்களை நெருங்காததற்கு முக்கியக் காரணம் உன் "அப்பா" தான்" என்று அவந்திகாவைத் திடுக்கிட வைத்தான்.

"என் அப்பாவா...? அவருக்கு எப்படிப் பனிக்காரர்களைத் தெரியும்?"

பறவைகளின் அரசன்

"உன் அப்பாவோடு இம்முறை நீ இந்த அன்னபூர்ணாவுக்கு வந்ததே பனிக்காரர்களால் தான். இதற்கு முன்பு அவர் இங்கு வந்த போது மிகப் பெரிய பனிச்சரிவில் சிக்கிக் கொண்டார். அவரை அங்கிருந்து பாதுகாத்து அனுப்பிய பாதைத் தான் நீங்கள் வந்த பாதை" என்று 'கால்' சொல்லிய பின்பே, அவந்திகாவுக்கு அவர்கள் புறப்படும் முன் அவளது தந்தை வளரியிடம் சென்று வாங்கி வந்த தோல் கையுறைகள் (Leather gloves) பற்றிய நியாபகம் வந்தது.

கால் அவந்திகாவிடம் பேசிக் கொண்டே அந்தச் சிறிய சூழலில் புத்தகங்களுக்கு இடையில் இருந்த தனது தொலை நோக்கியை எடுத்துத் துடைத்துக் கொண்டிருந்தான்.

அவனின் தொலைநோக்கியைப் பார்த்ததும் அவந்திகாவுக்கு அளவிட முடி-யாத மகிழ்ச்சி.

ஆம், ஒரு வானியற்பியல் பட்டதாரிக்கும் வானின் மீது அளவு கடந்து காதல் கொண்டிருக்கும் ஒருவருக்கும் இதை விட வேறு என்ன வேண்டும்...!

அந்த அளவற்ற மகிழ்ச்சியில் அவந்திகா தனது நிலையைக் கூட மறந்து வெடுக்கென எழும்ப முயற்சி செய்திருந்தாள்.

நீண்ட நேரம் வானளவு நீண்ட கதறலுக்குப் பின்னரே மீண்டும் தனது வலது கை மற்றும் இடது காலின் நிலையை உணர்ந்தாள்.

அதற்குப் பின்பு தான் கையிலும் காலிலும் சேர்த்துச் சுற்றப்பட்டிருந்த மரத்தைக் கூர்ந்து பார்த்தவளுக்கு இம்மரக்கட்டை இந்த நிலத்தைச் சார்ந்தது இல்லை என்று புரிந்தது.

அதோடு தன் கைக்கும் அந்தக் கட்டைக்கும் இடையே ஏதோ எண்ணெய் போன்ற சிறிது பசையான திரவம் இருப்பதையும் உணர்ந்து, "இது எல்லாம் என்னது...?" என்று பயத்தோடு கேட்டாள்.

அவந்திகாவின் பயத்தையும் வலியையும் அவள் கண்களில் உணர்ந்த 'கால்', " இது கல்லத்தி மரத்தின் கட்டை. உள்ளே இருப்பது காயத்தை விரைந்து குணமாக்கும் மூலிகைச் சாறு.

இவ்விரண்டும் விரைவில் உன்னை வீடு சேர்க்கப் பயன்படும்" என்று சொல்லிவிட்டு அங்கிருந்து கிளம்பினான்.

நாட்கள் விரைந்து கடந்தன...

அவந்திகாவும் நன்றாகத் தேறி மெல்ல மெல்ல நடக்கவும் ஆரம்பித்துவிட்டாள்!

நீண்ட நேரம் அவந்திகாவைப் பார்த்துக் குரைத்த 'நில்கா'வைச் சமாதானப்-டுத்தி, உணவு கொடுத்துக் கொண்டிருந்தான் 'கால்'.

நில்காவைப் பார்த்துச் சிரித்த அவந்திகா, "நான் அன்னைக்கே என் அப்பாக்கிட்ட சொன்னேன். ஏதோ ஒரு நாயோட குரல் கேட்குதுன்னு. அவர்த் தான் நம்மைத் தவிர வேறு யாருமே இங்குக் கிடையாது, அதிலும் இந்தப் பனி மலையில் நாய் எல்லாம் எப்படி இருக்கும்னு என்னைக் கேலி செய்தார். நான் வீட்டுக்குத் திரும்பிப் போனதும் அவருக்கு நல்லாக் கொடுக்கனும்." என்று சொன்ன அவந்திகாவை விசித்திரமாகப் பார்த்தான்.

மற்ற நாய்களைப் போன்று உணவை வேகமாக உண்ணாமல் மிகப் பொறுமையாக நில்கா சாப்பிடுவதைக் கண் இமைக்கால் பார்த்துக் கொண்டிருந்த அவந்திகாவிடம், " இப்படி மட்டும் போய் உங்க அப்பாகிட்ட கேட்டால் உன்னை ஒரு படித்த முட்டாள்னு திருப்பி அனுப்பிருவார்" என்று சொல்லிச் சிரித்தான் கால்.

"ஏன் அப்படிச் சொல்றீங்க...?" என்று அவந்திகா கோபத்தில் மூக்கு சிவக்கக் கேட்டாள்.

நில்கா

"உங்க அப்பாக்குப் பனிக்காரர்களிடம் இருக்கும் வேட்டை நாய்களை நன்கு தெரியும். இருப்பினும் பனிக்காரர்களையும் அவர்களின் வேட்டை நாய்களையும் நேரில் உன்னிடம் காண்பிக்கும் நோக்கம் கொண்டே, நீ கேட்ட போது உன்னைத் திசைத் திருப்ப அவ்வாறு குழப்பியிருக்கிறார்" என்ற கால் மேலும்,

"அப்போது நீ கேட்ட குரைச்சல் நில்காவோடது இல்ல. அது பனிக்காரர்களின் வேட்டை நாயோட குரைச்சல். அதிலும் அது அந்தச் சிறான் உடைய குட்டியாகத்தான் இருக்கும்."

"பனிக்காரர்களின் வேட்டை நாய், அதிலும் அது அந்தச் சிறான் உடைய குட்டி தான் என்று எப்படி இவ்வளவு உறுதியாகச் சொல்றீங்க?"என்று அவந்திகா புரியாமல் கேட்டாள்.

'கால்', சிரித்துக் கொண்டே "இவ்வகை வேட்டை நாய்கள் அதிகம் குரைக்காது. ஏனெனில் அவைகளுக்கு இந்தப் பனிக்காலத்தில் உணவு கிடைப்பது மிகவும் அரிது. ஆகையால், தேவையின்றி எதற்கும் குரைத்து அவற்றின் சக்தியை விரையம் செய்யாது. மேலும், அதற்கான தேவையும் அதிகம் இங்கு ஏற்படுவது இல்லை.

அது அந்தச் சிறான் உடைய வேட்டைக் குட்டி என்று நான் சொன்னதற்குக் காரணமே நீங்கள் தான்.

கழுகின் சமிக்ஞைப் பனிக்காரர்களின் சிறார்களுக்கு உங்களைக் கண்டறிய செய்து. உங்களைப் பற்றியும் உங்களின் நோக்கத்தைப் பற்றியும் அறியும் நோக்கம் கொண்டு நீண்ட நேரம் நெடுந்தூரம் குட்டியைப் பிரிந்து வந்திருப்பான் அந்தச் சிறான்.

அவன் திரும்பிக் குடிலுக்குச் சென்ற போது அவனைக் கண்ட மகிழ்ச்சியில் வெளியிட்ட குரைச்சலையே நீங்கள் கேட்டது மேலும், அந்த மலைகளைக் கடந்து நெடுந் தொலைவில் உள்ள உங்களின் செவிகளைக் வந்து சேர்ந்த குரைச்சலே, அது வளரும் குட்டி என்பதை உணர்த்துகிறது மேலும் வந்தது "வளம்பன்" னாத் தான் இருக்கும்னு நினைக்கிறேன்" - என்று நில்காவைத் தடவிக் கொண்டே கூறி முடித்தான்.

வளம்பன்

"யார் அந்த வளம்பன்? எப்படிச் சொல்றிங்க. அவனாத்தான் இருக்கும்னு ?"
வளம்பன் பற்றி எனக்கு நல்லாத் தெரியும் மேலும் அவனாத்தான் இருக்கும்னு சொன்னதுக்குக் காரணம் உங்களை நோட்டமிட்டு அன்றிரவே

அவ்வளவு தொலைவையும் கடந்து சென்றது, எனக்கு இன்னும் நல்லா நினைவு இருக்கு.

நானும் அவனும் தான் கழுகைத் தேடிப்போயிருந்தோம். ரொம்ப நாள் எங்களால அதோட கூட்டைக் கூட கண்டுபிடிக்க முடியல ஆனா அந்நேரத்துலயும் துவண்டு விடாமல் மீண்டும் மீண்டும் கடுமையா போராடி இறுதயில் வெற்றியை அடைந்தோம். அந்தப் போராட்டத்தில் தான் நான் அவனோட சிந்தனை , வீரம் , வேகம்னு எல்லாத்தையும் துளி விடாம கணித்து வைத்திருந்தேன். அதனால தான் அவனுக்கு நான் "வளம்பன்" னு கூட பெயர் வச்சேன் அவனோட இயற்பெயர் "வளம்பன்" கிடையாது.”

“கழுகைப் பிடிப்பதில் வளம்பனுக்கு நிகர் வளம்பன் மட்டும் தான் “ என்று வளம்பனைப் பற்றி மேலும் தெரிந்து கொள்ளும் ஆர்வத்தை அவந்திகாவிடம் தூண்டிவிட்டான் கால்.

ஒரு நாயின் குரைச்சலுக்குப் பின்னால் நெடுந்திருக்கும் இக்கதையைக் கண்ணால் பார்க்காமலே இவ்வளவு துல்லியமாக ‘கால்’ கூறியதைக் கேட்டுக் கண் இமையாமல் மிகுந்த ஆச்சர்யத்தோடு நெடுநேரம் தனது கற்பனையில் யோசித்துப், பார்த்துக் கொண்டிருந்த அவந்திகா நில்காவின் தீண்டுதலுக்குப் பின்னே நினைவுக்கு வந்தாள்.

நினைவுக்கு வந்தவள் ‘கால்லை’ தேடினாள்!

கண்ணுக்கு எட்டும் தூரம் வரை மிக இரம்மியமாய் தட்ட முடியாத பனியில் நீண்டு நெடுந்து வளர்ந்து மூடியிருந்த தொடர் மலைகளை ரசித்துக் கொண்டு, அவற்றை அரவணைத்துச் செல்லும் பனிக்காற்றோடு தன்னைப் பொருத்திக் கொண்டு சிறிய குவளையில் பல மாதம் பதப்படுத்தப்பட்ட பெர்ரி பழச்சாற்றை அருந்தியவாறு மிகச் சிறிய பனிதட்டிய பாறையின் மீது மெய் மறந்து அமர்ந்திருந்தான்.

மிகச்சிறிய மரக்குடில். அந்தக் குடில் முழுவதும் பல வகைப் புத்தகங்கள். ஆங்காங்கே வித்தியாசமான கருவிகள். தொலைநோக்கி மற்றும் நில்கா.

இந்தக் ‘கால்’ யார்...?

இந்த உலகத்தோடு எவ்வகைத் தொடர்பும் இல்லாமல் வாழ்ந்து கொண்டிருப்பவனைப் பற்றி முழுவதுமாக அறிந்து கொள்ளும் ஆர்வத்தை அவந்திகாவுக்கு வெகுவாகத் தூண்டியது.

அமைதியாக மலைகளை இரசித்துக் கொண்டிருந்தவனைத் தன்னையும் அறியாமல் இரசிக்கத் தொடங்கியவள் மெல்ல அவனின் அருகில் சென்றாள்.

அவன் அமர்ந்திருந்த சிறிய பாறையில் படர்ந்திருந்த பனியைத் தள்ளிவிட்டு, அவனருகில் அமர்ந்த பிறகே தனக்காக வைக்கப்பட்டிருந்த குவளையை நோக்கினாள். குவளையில் இருந்த பெர்ரி பழச்சாற்றைச் சிறிது குடித்து விட்டுத்

தனது பேச்சைத் தொடங்கினாள்.

காலும் அவந்திகாவும்

"கால்....! நீங்க இது வரை உங்க பெயரைத் தவிர வேற எதுவும் உங்களைப் பற்றிச் சொல்லவே இல்லையே? நீங்கள் பேசுவதை எல்லாம் வைத்துப் பார்த்தால் நீங்களும் பனிக்காரர்களுள் ஒருவரா....?" என்று கேட்டாள்.

'இல்லை' என்று தலையசைத்த 'கால்,' "எனக்கும் பனிக்காரர்களுக்கும் எவ்விதத் தொடர்பும் கிடையாது" என்றான்.

"அப்புறம் எப்படி இவ்வளவு தெளிவாகப் பனிக்காரர்களைப் பற்றிச் சொன்னீங்க?"

"எனக்குப் பனிக்காரர்களோட எந்தப் பந்தமும் இல்லைத் தான். ஆனால் அவர்களை எனக்குத் தெரியாதுன்னோ பழக்கம் இல்லைனோ சொல்லவே இல்லையே.

பனிக்காரர்களுக்கு இயற்கையையும் பிடிக்கும், இயற்கையை நேசிக்கிறவங்களையும் பிடிக்கும்.

இது எல்லாத்தையும் விட நான் தயாரிக்கிற பெர்ரி பழச்சாறு அவர்களுக்குப் பிடிக்கும்.

நான் இங்க வந்த பிறகுதான் பனிக்காரர்களைப் பற்றித் தெரிந்து கொண்டேன். என்னோட நோக்கமும்... இயற்கையான முறையில் நான் தயாரிக்கும் பெர்ரி பழச்சாறும் அவங்களுக்கு ரொம்ப பிடித்ததால் என்னை இங்கேயே இருக்கச் சொல்லிக் கேட்டுக்கிட்டாங்க."

"ஆமா....! இது.என்ன பெர்ரி பழச்சாறு.........! இவ்வளவு சுவையான ஒரு பழச்சாறை என் வாழ்க்கைல நான் குடிச்சதே இல்ல."

"இந்த பதப்படுத்தப்பட்ட பழச்சாறு இங்க கிடைக்குற பெரி, பேரி மற்றும் காட்டு ரோஜா இலைகள் மூலம் செஞ்சது."

"ரொம்ப சுவையா இருக்கு. எனக்கு இன்னொரு குவளை வேணும்."

"தாராளமா....! எவ்வளவு வேணும்ன்னாலும் எடுத்துக்கோங்க" என அவன் சொன்னதும், தனக்கு மீண்டும் இன்னொரு குவளை எடுத்துக் கொண்ட அவந்திகா, "ஆமா, நீங்க எதுக்கு இங்க வந்தீங்க? எங்கள மாதிரி மலையேற்றத்துக்கும் நீங்க வந்த மாதிரி தெரியல! ஏன்னா மாதக்கணக்கில் இங்க இருக்கீங்க. ஆனால் பனிக்காரர்களோடும் இல்லை. அப்புறம் ஏன் தனியா இங்க இருக்கீங்க?" என்று புரியாமல் கேட்டாள்.

"பொதுவாகவே நான் ஒரு பெரிய மலைப் பயண விரும்பி. ஏதாவது ஒரு இடத்துக்குச் சென்று கொஞ்சக் காலம் அங்கு இருக்கக் கூடிய இயற்கையோடு வாழ்வேன். நான் இங்கே வந்ததே மிகப் பெரிய வால் நட்சத்திரத்தைப் பார்க்கத் தான்!" எனவும்,

"கடந்த மாதம் தெரிந்த மிகப் பெரிய வால் நட்சத்திரத்தைப் பார்க்கவா...?" அவந்திகா வியய்ப்பு தாங்காமல் கேட்டாள்.

ஆமாம்....! என்று சொல்ல வந்த 'கால்லை' சொல்ல விடாமல், "உங்களுக்கு எப்படித் தெரியும் மிகப் பெரிய வால் நட்சத்திரம் வரப் போகுதுன்னு....!" என்று அவந்திகா கேட்டாள்.

"இதற்கு முன்னால் நான் நந்தா தேவில இருந்தேன். அங்கே நான் பயணம் செய்த போது சந்தித்த ஒரு வானியல் ஆய்வாளர்தான் என்னுடைய நீண்ட பயணத்தைப் பற்றியும், இயற்கை மீது கொண்ட அளவில்லா காதலையும் பற்றித் தெரிந்து கொண்டு பரிசாக ஒரு புத்தகத்தையும், தொலை நோக்கியையும் கொடுத்தார்.

அந்தப் புத்தகத்தில் திடுக்கிடும் நந்தா தேவி பற்றிய ஆராய்ச்சியை உள்ளபடியே எழுதியிருந்தார்.

மேலும் அந்தப் புத்தகத்தில் பிரெஞ்சு நாட்டின் வானிலை ஆராய்ச்சியாளர் ஹானர் ஃப்ளாகெர்குஸ் (Honore Flaugergues) கணித்திருக்கக் கூடிய மிகப்பெரிய வால் நட்சத்திரத்தைப் பற்றியும் குறிப்பிட்டு இருந்தார்."

காலின் பதில் அவந்திகாவுக்குப் பெரும் வியப்பை ஏற்படுத்தியது....!

பிளாகேற்க்குசுவோட பெரிய வால் நட்சத்திரக் கணிப்பை ஒரு புத்தகத்துல எழுதியது யார்? ஏனென்றால் அவந்திகாவின் மிகப் பெரிய ஆராய்ச்சியே அது தான்.

"எனக்கு அந்தப் புத்தகத்தைப் படிக்கக் கொடுப்பீங்களா!" என அவந்திகா கேட்டதும், "நிச்சயமா....! ஆனால் எடுத்துட்டு மட்டும் போயிறக்கூடாது" என்றான் சிரித்துக் கொண்டே.

வால் நட்சத்திரம்

"இன்னும் கொஞ்ச நாள்ல நீங்களும் இங்கேயிருந்து கிளம்பிருவீங்களா....?"

"ஆமா.... நீ முழுமையாகச் சரியானதும் உன்னைப் பாதுகாப்பாக அனுப்பிட்டு நானும் அடுத்த இடத்துக்குக் கிளம்பிருவேன்."

"இப்படியே ஒவ்வொரு இடமா போறீங்களே உங்களுக்கு எப்படி உணவு கிடைக்கும்....?

பனிக்காலத்தில் பனிக்காரர்களிடம் வேட்டை நாய்கள், வேட்டைக் கழுகுகள் இருக்கு. அவங்க அதை வைத்து உணவை ஏற்பாடு பண்ணிடுவாங்க. ஆனால் உங்களுக்கு நில்காவைத் தவிர வேற எதுவுமே இல்லையே. நீங்க உணவுக்கு என்னதான் பண்ணுவீங்க....?"

"என்னுடைய உணவு எப்போதும் வேட்டையைச் சார்ந்து மட்டும் இருக்காது. அந்தந்த நிலங்களின் தன்மைக்கு ஏற்ப பூக்கும் பூக்கள், விளையும் பழங்கள் மற்றும் காய்களே போதுமானது. ஆனால் என்னுடன் இருக்கும் வேட்டையில் சிறந்து விளங்கும் இவைகளுக்கு நிச்சயம் அது பொருந்தாது என்பதால் வேட்டையும் கண்டிப்பாக இருக்கும்."

"ஓஓஓஓ....! அப்போ உங்களால் பனிக்காரர்களைப் போலத் திறமையாக வேட்டையாட முடியுமா....?" என்று கேட்டாள்.

"என்னால பனிக்காரர்களை மாதிரி எல்லாம் வேட்டையாட முடியுமான்னு தெரியல. நீ இன்னும் "நில்கா' வின் வேட்டையைப் பார்த்ததே இல்லையே... அதோட "அதரனையும்" இன்னும் பார்த்தது இல்லை."

"அதரனா....! யார் அது....?"

தன் கட்ட விரலையும், சுண்டு விரலையும் சேர்த்து அடித்த விசிலின் சத்தம், கூடாரத்தின் பின்னிருந்த அதரனைக் காற்றைக் கிழித்துக் கொண்டு நொடியில் பறந்து வந்து 'காலி'ன் தோள்பட்டையில அமர வைத்தது.

அதரனின் தோற்றத்தையும், வந்த வேகத்தையும் பார்த்துக் கதி கலங்கியிருந்த அவந்திகா, 'அதரனும் நில்காவும் இருக்கும் வரையில் உணவுப் பஞ்சம் என்ற பேச்சுக்கே இடமில்லை' என்ற காலின் வார்த்தையைச் சிறிதும் மறுக்காமல்

'ஆமா... நிச்சயம் இடமில்லை' என்பதைப் போல தலையசைத்தாள்.

விதவிதமாக வகைவகையான உணவுகளை உண்டும், அங்குமிங்கும் படிப்பு, வேலை எதிர்கால சேமிப்பு என்று சுற்றிக் கொண்டிருந்த அவந்திகாவுக்கு, காலின் உணவு மற்றும் வாழ்க்கை முறை மிகப் பெரிய பிரமிப்பை ஏற்படுத்தியது.

"நிறைய புத்தகம் படிக்கறீங்க. ரொம்ப துல்லியமாகச் சிந்திக்கறீங்க. இது எல்லாத்தையும் விட பெரும்பாலான உலக மக்களின் வாழ்க்கைக்கு நேர் எதிரா வாழ்ந்துட்டு இருக்கீங்க. அது ஏன்னும் தெரியல? எதற்கென்றும் புரியல? ஆனால் ஒன்று மட்டும் எனக்கு நல்லா புரியுது. நீங்க மட்டும் என் கூட வந்தீங்கன்னா நிச்சயமா எல்லாரையும் விட சீக்கிரமா டாக்டர்ப் பட்டம் வாங்கிறலாம்....!"

சிரித்துக் கொண்ட கால், "அதுல எனக்குப் பெரிய உடன்பாடு இல்லை. அதனால தான் நான் அந்தப் பக்கம் போகல" —— என்று அசால்டாகப் பதில-ளித்தான்.

"உடன்பாடு இல்லையா...? ஏன்...? அப்படி என்ன உங்களுக்கு அதுல முரண்பாடு...?"

அதரன்

"நாம இப்போது படிக்கிற பெரும்பாலான கல்வி நம்மால் உருவாக்கப்பட்ட தொழில் மற்றும் வேலைச் சார்ந்ததாக உள்ளது. ஆனால் என்னைப் பொருத்தவரை உண்மையில் கல்வி என்பது "வாழ்வியல்" சார்ந்தது "சூழியல்" சார்ந்தது மற்றும் அது "விருப்ப நிலை" சார்ந்தது."

"எனக்குச் சத்தியமா ஒன்னுமே புரியல...!"

மீண்டும் சிரித்த கால் அவந்திகாவுக்கு எளிமையாகப் புரியவைக்க வேண்டி அவளுடைய கதையில் இருந்தே இதை ஆரம்பித்தான்.

"நீ பனிப்புயலில் சிக்கும் முன் நிலவையும் அதைச் சுற்றியுள்ள அழகான நட்சத்திரக்கூட்டங்களை ரசிக்கவும் அகலமான வெட்டவெளிப் பாதை வேணும்ன்னு பனி மலையின் அடிவாரத்தில் தொலைநோக்கியைக் கொண்டு சென்று மாட்டினாய்.

இடையூறு இல்லாத சரியான இடத்தைச் சிந்தித்த உன்னால், சுற்றி இருக்கும் சூழ்நிலையை அறிய முடியவில்லை. காற்றின் "வேகம்" அதனின் "திசை", மெல்லிய புற்றாகப் படர்ந்திருந்த "பனி", அதை உணர்த்திச் சென்றுகொண்டிருந்த காற்றின் "சத்தம்", பள்ளத்தாக்கின் "நீளம்" மற்றும் "அகலம்" இவை அனைத்தும் தான் சூழியல் சார்ந்த அறிவு.

இத்தகைய சூழியல் சார்ந்த அறிவு உன்னிடம் இருந்திருந்தால் அன்று நீ பனிப்புயலில் சிக்கியிருக்க மாட்டாய்.

இப்போது இதை உன்னிடம் சொல்ல நானும் இங்கே இருந்திருக்க மாட்டேன் இவை ஒரு உதாரணம் தான்.

சூழியல் சார்ந்த கல்வி என்பது நாம் இருக்கும் சூழ்நிலைச் சார்ந்திருக்கும் விஷயங்களை அறிந்து கொள்வது.

இதே வாழ்வியல் சார்ந்த கல்வி என்பது நாம் வாழும் வாழ்க்கை முறைச் சார்ந்தது. நாம் என்ன மாதிரி வாழ்க்கை முறை வாழ்கிறோமோ அது சார்ந்த முழுமையான அறிவு.

உதாரணமாக இந்த இடத்தின் வாழ்க்கை முறைக்கு எக்காலத்தில் வேட்டைக்குச் செல்ல வேண்டும்… எப்போது செல்லக் கூடாது… எந்த உணவை எந்தச் சூழ்நிலையில் உண்ண வேண்டும்… எப்படி உண்ண வேண்டும்… எவ்வளவு உண்ண வேண்டும் என்பதைப் போன்றதாகும்.

விருப்பநிலைச் சார்ந்த கல்வி என்பது நமக்கு என்ன பிடிக்குமோ அது சார்ந்து படிப்பதாகும். உதாரணத்துக்கு வானியலும், தொலைநோக்கியும்… அதற்குப் பட்டமோ சான்றிதழோ தேவையில்லை."

அவந்திகா 'காலி'டம், "நீங்கள் சொல்வது நூறு சதவீதம் சரி தான். இது போலத்தான் நானும் இருக்கேன். இதுல உங்களுக்கு என்ன முரண்பாடு இருக்குது?"

"முரண்பாடு நான் சொன்ன வாழ்வியல்… சூழியல் மற்றும் விருப்பநிலைச் சார்ந்த கல்வி முறையில் இல்லை. அதைத் தேர்ந்தெடுக்கும் முறையில் தான் இருக்கு.

நாம பிறக்கும் போது நம்ம கூட இருக்கக் குடும்பத்தார்…

நம்மைச் சுற்றி இருக்கும் மக்கள் வாழும் வாழ்க்கை முறையே பெரும்பாலும் நமக்கு அமைந்து விடுகிறது.

அந்த வயதில் நமக்கு வாழ்க்கையைப் பற்றியோ பல்வேறு கலாச்சாரங்களில் பல்வேறு முறையில் வாழ்ந்து வரும் மக்களைப் பற்றியோ நம்முடைய மனதைப் பற்றியோ வேறு எதையும் இப்போது இருக்கும் கல்வி முறை நமக்குக் கற்பிக்காது.

இதனால் நமக்குத் தேர்ந்தெடுக்க என்னவெல்லாம் இருக்கிறது என்று தெரியாமலேயே நம்மைச் சுற்றியிருப்பவர்களைப் போல நாமும் அதே வாழ்க்கை முறையைத் தேர்வு செய்கிறோம்.

காலம் கடந்து நமக்கு இதைப்பற்றி மிகத் தெளிவாகப் புரிந்தாலும் நம்மால் அதைவிட்டு வெளியே வர முடியாத அளவுக்குப் பயத்தை இந்தக் கல்வி முறையும் நம்மைச் சுற்றி இருக்கும் சூழ்நிலையும் உருவாக்கி விடும்." என்று கால் பேசிக் கொண்டே போகவும்,

"இன்னும் கொஞ்சம் தெளிவாச் சொல்லுங்க! நீங்க சொல்ல வர்றது ஏதோ புதுசா ஆனா உண்மையா இருக்குற மாதிரி இருக்கு.

"சரி, சொல்ல முயற்சி பண்றேன்.

நீங்க ஏன் வானியல் துறைல முதுகலைப் பட்டம் வாங்கணும்னு நினைச்சீங்க? வேறு எத்தனையோ துறை இருக்குல?"

"எல்லாத்த விட எனக்கு இது தான் பிடிச்சு இருந்தது. அதுக்கும் மேல அப்பாவும் சொன்னாரு, அதான் படிச்சேன்" எனவும்,

"இப்போ நீங்க சொன்னது நூறு சதவீதம் கரெக்ட். மற்ற எல்லாத் துறையையும் பற்றி என்னன்னு தெரிஞ்சு வச்சுருக்கீங்க. அதுல இது தான் உங்களுக்குச் சரியா இருக்கும்னு தோன்றியதாலும் மேலும் இது உங்க விருப்ப நிலையாகவும் இருந்ததால் இதைத் தேர்வு பண்ணிடிங்க... சரியா....?" என்று கேட்டதும்.

"ஆமா....! சரிதான்....!" என்று அவந்திகா ஒப்புக் கொண்டாள்.

"படிப்பதற்கு முன்னாடியே என்ன எல்லாம் இருக்குன்னு தெரிஞ்சுகிட்டு அதுல இதுதான் எனக்கு ரொம்ப பிடிச்சத் துறைனு நீங்க சொல்றீங்களோ அதைப் போலத் தான் உங்க வாழ்வியலையும் தேர்வு செஞ்சிருக்கணும்.

ஆனா நமக்கு நல்லாப் படிக்கணும் வேலைச் செய்யணும் நிறைய காசு சம்பாதிக்கணும் எதிர்காலத்துக்கு நிறைய சேர்த்து வைக்கணும்னு இப்போ இருக்க இந்த நவீனக் கால இயந்திர வாழ்க்கை முறையை மட்டும் தான் தெரியுமே தவிர வேறு என்ன வாழ்க்கை முறையெல்லாம் இருக்குதுனு கூடத் தெரியாது.

அதனாலேயே பெரும்பாலும் நாம இந்த வாழ்க்கை முறையிலேயே எப்படி நமக்குப் பிடித்த மாதிரி வாழலாம்னு யோசிக்கிறோமே தவிர இதைத் தவிர வேறு

என்ன இருக்குன்னு கூட யோசிக்கறது இல்ல."

"நீங்க சொல்றது எல்லாம் சரி தான். ஆனா எந்த வாழ்க்கை முறைனாலும் பணம் இல்லாம எப்படி வாழ முடியும்? "

சிரித்த 'கால்', "நமக்குத் தெரிந்தது அவ்ளோதான். இதைப் பற்றித் தெளிவாக புரியணும்னா நமக்கு வாழ்க்கையின் எளிமையையும் நம்முடைய தேவையையும் பற்றித் தெளிவான அறிதல் வேண்டும்.

சரி... இதெல்லாம் விடுங்க. விட்டா நான் இப்படியே பேசிட்டே இருப்பேன்.

நீங்க இந்த நவீன முறை வாழ்க்கைய உங்களைச் சுற்றி இருப்பவர்களையும் உங்க குடும்பத்தையும் மட்டுமே பார்த்து முடிவெடுக்காமல் அனைத்தையும் தெரிந்து கொண்ட பின் இந்த வாழ்க்கை முறையைத் தேர்வு செய்திருந்தால் எனக்கு வருத்தமே இல்லை.

மாறாக மிகுந்த மகிழ்ச்சியே.

இனிமேல் இதுபோல இல்லாமல் மற்ற வாழ்க்கை முறையும் எப்படி இருக்குன்னு தெரிஞ்சுகோங்க.

ஏன்னா அது உங்களுக்கு எதிர்காலத்தில் தேவைப்பட்டாலும் படலாம்."

கால், என்னைப் போல் வாழுங்கள் என்று கூறாமல் உங்களுக்குப் பிடித்தது போல் வாழுங்கள். அதிலும் உங்கள் வாழ்க்கை முறையை நீங்களே தேர்வு செய்யுங்கள் என்று சொன்னது அவந்திகாவின் மனதிற்குள் ஏதோ ஒரு மாதிரியான புது வித உணர்வை ஏற்படுத்தியது.

நாட்கள் வேகமாக நகர்ந்தன...!

அவந்திகாவும் முழுமையாகக் குணமடைந்து விட்டாள். அவளை அழைத்துக் கொண்டு அன்னபூர்ணாவின் அடிமலை வரை உடன்சென்று விட்டான், கால்.

அவந்திகாவுக்கு என்னதான் மீண்டும் தனது தாயையும் தந்தையையும் காணப் போகும் மகிழ்ச்சி அதிகம் இருந்தாலும் அவளின் மனதுக்குள் ஏதோ ஒரு மிகுந்த கலக்கம் மட்டும் இருந்துக் கொண்டே இருந்தது.

எந்த எதிர்பார்ப்பும் இல்லாமல் எதுவும் திருப்பிக் கிடைக்காது என்று நன்றாகத் தெரிந்தும் தன்னைப் பனியில் வருத்திக் கொண்டு உயிர்ப் பிழைப்போமா என்றிருந்த நிலையில் இருந்து காப்பாற்றி எவ்வித அறுவைச் சிகிச்சை. மருந்து மாத்திரை இல்லாமல் வெறும் இயற்கையான மூலிகைகளையும் வெவ்வேறு மரத்தின் வேர்களையும் கட்டைகளையும் பயன்படுத்தித் தானாகவே வீடு செல்லும் வரைத் தன்னை உருமாற்றிய காலுக்கு எப்படி நன்றிச் சொல்வது என்றே தெரியாமல் கண் கலங்கி நின்றாள் அவந்திகா.

ஆனால் அதற்குக் கால்லின் அந்தச் சிரிப்பு மட்டும் தான் மறுபதிலாக வந்தது.

கால்லைக் கட்டியணைத்து விடைபெற மனம் விரும்பிய போதும் துணிவின்றி, அந்த வலிமையான வாழ்க்கையும் நில்காவையும் அதரனையும் பிரியவே மனமில்லாமல் மனத்தைக் கல்லாக்கிக் கொண்டு அங்கிருந்து புறப்பட்டாள்.

6

ஓவியங்களும் புதிர்களும்

அன்று சுவாதிகாவின் கதறல் காவல் நிலையத்தில் உள்ள அனைவரின் கவனத்தையும் ஈர்த்தது.

கிருஷால் மற்றும் சுவாதிகாவை நோக்கி வந்த காவல் நிலைய எழுத்தாளர்க் கரண், "இன்று பாளையத் தலைமை அதிகாரி டேவி மேற்பார்வைப் பார்க்க வந்திருக்கார். அதனால இப்போது எந்தச் சத்தமும் கொடுக்காமல் அமைதியாக இருங்க. அவருக்கு இந்த மாதிரி கத்தறது அழுவுறது எல்லாம் சுத்தமாகப் பிடிக்காது.

சார் போன பிறகு வேண்டுமானால் நான் மீண்டும் உங்களை இந்தக் காவல் நிலைய பொறுப்பு அதிகாரியான தாமஸ் சார்கிட்ட கூட்டிட்டுப் போறேன்.

அதுவரைக்கும் இப்படிச் சத்தம் போடுவதற்குப் பதிலாக எப்படி இந்தப் பிரச்சனையைத் தீர்க்க ஒரு வழியைத் தேடலாம்னு யோசிங்க"- என்று அதிகாரமான தோரணையில் ஒரு யோசனையையும் காட்டிவிட்டு அங்கிருந்து நகர்ந்தார்.

சுவாதிகாவும் கிருஷாலும் அவர்ச் சொன்னதைத் தவிர வேறு ஒன்றும் செய்வதற்கு இல்லை என்று நினைத்துக் கொண்டிருக்க, அந்த நேரம் பார்த்துக் கம்பீரமான மிடுக்கான தோற்றத்தோடு வேகமாக வெளியேறிய அதிகாரியான டேவியைக் கண்டதும் நொடியும் யோசிக்காது அவரை மறித்தவர்கள் எதுவும் பேசாது பணிந்து நின்றனர்.

இருவரின் பணிவும், முகத்தில் சிறிதும் பொலிவு இன்றிக் கலங்கி இருக்கும் தோற்றமும் அவர்களின் பலநாள் துயரத்தைப் படம்பிடித்துக் காட்டிட, எப்போதும் உணர்ச்சிகளுக்குக் கட்டுப்படாத டேவியின் நடையை நிறுத்தியது.

டேவி நின்றதையும் அவன் பார்வைப் போன திசையையும் பார்த்து விட்டு தாமஸ் விரைந்து வந்தான்.

"இவங்களோடது மிஸ்ஸிங் கேஸ். கொஞ்ச நேரத்துக்கு முன்னாடி நாம கலந்து உரையாடிய அந்த முக்கியமான கேஸ் லிஸ்ட்ல தான் இதுவும் இருக்கு. கேஸ் சம்பந்தமா எந்த முக்கியமான தகவலும் இன்னும் கிடைக்கல. நாங்களும் தீவிரமாகப் பார்த்துட்டுத் தான் இருக்கோம்" என்று மடமடவென டேவி கேட்காமலேயே தகவல்களை ஒப்பித்தான்.

"தாமஸ் ஏற்கெனவே **மேடம் விக்டோரியா** கேஸ்ல சம்பந்தப்பட்ட மிஸ் ஆனவங்க பற்றி இன்னும் ஒரு தகவல் கூட கிடைக்கல. உனக்கு நல்லாவே தெரியும் மேடம் விக்டோரியா எவ்ளோ பெரிய ஆள்; அவங்க பின்னாடி எவ்ளோ பெரிய கூட்டம் இருக்குனு. இப்போ வரைக்கும் மேடம் விக்டோரியா தரப்பிலிருந்தும், மிக முக்கியமான சில தொழில்துறைத் தலைவர்களிடம் இருந்தும் அந்தக் கேஸ்ல மிஸ் ஆனவர்களைப் பற்றி முழுத் தகவலும் வேணும்னு கேட்டு அதிகமான ப்ரஷர் இருக்கு.

என்ன தான் அந்தக் கேஸை நாம முடிச்சிருந்தாலும் மிஸ் ஆனவர்களை பற்றிய தகவல்கள் கிடைக்காத வரைக்கும் அவங்களுக்கு அது சரியாக முடியாத கேஸ் தான்.

அவங்களுக்கு மட்டும் இல்ல எனக்கும் தான்... நமக்கும் தான்...

அதனால எந்த மிஸ்ஸிங் கேஸையும் இனிமேல் ஈசியா எடுத்துக்காம சீக்கிரமா முடிக்கப் பாருங்க" — என்று சொல்லிக் கொண்டே கிளம்பத் தொடங்கினான் டேவி.

"சார்...! சார்....! ஏற்கெனவே பத்து நாள் ஆச்சு. இன்னும் அவளைப் பற்றி ஒரு தகவல் கூட எங்களுக்குக் கிடைக்கல...! உயிரோடு இல்லைனு நினைச்சவ ரொம்ப மாசம் கழிச்சு எங்க கண்ணு முன்னாடி வந்து நின்னு அளவில்லாத மகிழ்ச்சியைத் தந்தாள். ஆனா இப்போ என்ன ஆனான்னு கூடத் தெரியல..." என்று கலங்கிய சுவாதிகாவின் வார்த்தை ஜீப்பை நோக்கி நடந்த அதிகாரி டேவிக்கு மீண்டும் ஏதோ ஒரு நெருடலை மனதுக்குள் ஏற்படுத்தியது.

திரும்பி வந்த டேவி தாமஸிடம் அந்தக் கேஸ் பைலை எடுத்து வரச் சொன்னான்.

"இரண்டும் போறபோக்கில் நம்மைக் கோர்த்து விட்டுருச்சுங்க... டேவி போகட்டும். அதுக்கு அப்புறம் இவங்களைப் பார்த்துக்கலாம்" என்று வாய்க்குள் முணங்கிக் கொண்டே பைலைக் கொண்டு வந்து கொடுத்தான் தாமஸ்.

அனைத்தையும் கூர்ந்து நோக்கிய டேவி கிருஷாலிடம் நடந்ததைத் தெளிவாகச் சுருக்கமாகச் சொல்லச் சொன்னான்.

"சார்...! எங்களோட பொண்ணு அவந்திகா காணாமல் போய் கிட்டத்தட்ட பத்து நாள் ஆகிருச்சு. நாங்க மலையேற்றம் போன போது பனிச்சரிவில் சிக்கி காணாமல் போயிட்டாள். எவ்வளவு தேடியும் கிடைக்காமல் போனதால் நாங்க இறந்துட்டான்னு நினைச்சிட்டு இருக்கத் திடீர்னு பன்னிரண்டு நாளைக்கு முன்னாடி திரும்பி எங்ககிட்ட வந்தாள். ஆனால் இப்போது எங்க போனாள்... என்ன ஆனான்னு ஒன்னுமே தெரியல" என்று கலங்கினான் கிருஷால்.

"இப்போது நீங்க கலங்கிப் போய் நிற்பதால் எதுவும் மாறப்போறது இல்ல. அதனால அழுவதை விட்டுவிட்டு நான் கேட்பதற்கு எல்லாம் நன்றாக யோசித்துச் சரியாகப் பதில் சொல்லுங்க. அது தான் உங்க பொண்ணைக் கண்டுபிடிக்க உதவும்" என்று டேவி கடுமையான குரலில் தெளிவாகச் சொன்னான்.

"உங்களோட பொண்ணுக்கு யார்க் கூடவாவது நெருங்கிய பழக்கம் அப்படி இல்லைனா நீண்ட கால பிரச்சனைன்னு ஏதாவது இருக்கா?"

"இல்ல சார்... அவ ரொம்ப நல்ல பொண்ணு...!" எனச் சொன்ன கிருஷாலை நிறுத்திய டேவி, "கேட்ட கேள்விக்கு மட்டும் பதில் சொல்லுங்க. எனக்கு உங்க பொண்ணைப் பத்தி எந்த நற்சான்றிதழும் தேவையில்ல" எனவும் கலக்கத்துடன் சரியென்று தலையசைத்தான்.

"போதைப் பழக்கம் அப்படி ஏதாவது...? என டேவி கேட்டதும் அவசரமாக "இல்ல சார்... அப்படிலாம் எதுவும் இல்ல" என்றான்.

"ஓகே... உங்க பொண்ணோட தினசரி நடவடிக்கையில் ஏதாவது மாற்றம், அப்படி இல்லனா நீங்க சந்தேகப்படற மாதிரி ஏதாவது...?"

"அப்படி சொல்ற மாதிரி அவளோட நடவடிக்கையில் எந்த மாற்றமும் இல்லை..." என்று சொன்ன கிருஷாலின் பேச்சை மறுத்த சுவாதிகா, "சார்...! அவளுக்கு ஓவியம் வரைய அவ்ளோவா விருப்பம் கிடையாது. எப்போவாவது தான் வரைவா. ஆனால் பனிச்சரிவில் இருந்து தப்பித்து வீட்டுக்குத் திரும்ப வந்ததுக்கு அப்பறம் ரொம்ப நேரம் ஓவியம் தான் வரைஞ்சிட்டு இருந்தா...!" என்றாள்.

"இது எல்லாம் ஒரு விஷயம்ம்னு சொல்லிட்டு இருக்கே" என்று சுவாதிகாவைக் கடிந்த கிருஷாலிடம், "அவங்க இப்போ சொன்னது தான் ரொம்ப முக்கியமான விஷயம். ஏன்னா மனிதர்கள் அவங்களோட நடவடிக்கையை அவ்ளோ சீக்கிரம் மாத்திக்க மாட்டாங்க. அப்படி மாறுதுன்னா அதற்குப் பின்னால் நிச்சயம் ஏதாவது ஒரு காரணம் இருக்கும்.

பெரிய பெரிய சைக்கோ கில்லர்ல இருந்து சின்ன சின்ன திருடன் வரை இருக்கும் எல்லாக் கேஸோட தகவல்களையும் திருப்பி பார்த்தால் எல்லாவற்றுக்கும் அவர்களோட வாழ்க்கையில் நடந்த ஏதோ ஒரு விஷயம் தான்

அந்த மாற்றத்துக்குக் காரணமா இருக்கும்" என்று தேவி விளக்கினாள்.

'சரி...! அடிக்கடி ஓவியம் வரையும் பழக்கம் இல்லாத பொண்ணு திரும்ப வந்த பிறகு ஏன் தொடர்ந்து வரையணும்...? ஓவியங்கள் அவளுக்கு நடந்த சம்பவங்களின் நினைவுகளுடன் தொடர்புடையது. அப்படிப் பார்த்தால் அந்த ஓவியங்களில் தான் அதற்கான விடையும் இருக்கும்...' என்று மனதில் கணக்கு போட்டிருந்த தேவி சுவாதிகவிடம், "எந்த மாதிரி ஓவியங்கள் எல்லாம் அவந்திகா வரைந்திருக்கிறாள்...?" என்று கேட்டான்.

"பனிச்சரிவில் சிக்கிய போது அவளைக் காப்பாற்றிய மலையேற்ற பயணியுடன் இருந்த நாட்களில் அவளுக்குப் பிடித்த தருணங்களை எல்லாம் வரைந்து வைத்திருந்தாள். அதுபோக நிறைய ஓவியங்கள் இருந்தது. அதைப்பற்றிக் கேட்டபோது சீக்கிரம் எல்லாத்தையும் சொல்றேன்னு மட்டும் சொன்னாள்" என்று சுவாதிகா விளக்கினாள்.

"உங்க பொண்ணு வரைந்த எல்லா ஓவியங்களும் இப்போ எங்க இருக்கு?" என்று தேவி கேட்கவும்,

"அவளோட ரூம்ல தான் இருக்கு" என்றாள்.

"தாமஸ் அவங்களோட ரூமை முழுவதும் ஆய்வு செஞ்சீங்களா...? அந்த ஓவியத்தில் என்ன இருந்ததுன்னு நோட் பண்ணீங்களா...?"

"இல்ல டேவி... மிஸ்ஸிங் கேஸ் தானே...! அதனால தகவல் மட்டும் தெளிவா வாங்கிட்டுத் தேடிட்டு இருந்தோம்." என்று சொல்லவும் தேவியின் நெருப்புப் பார்வை அவனுக்கு வரப்போகும் ஆபத்தை உணர்த்தியது.

டேவி அதற்கு மேல் தாமதம் செய்யாமல் உடனே கிருஷால் மற்றும் சுவாதிகாவை அழைத்துக் கொண்டு அவர்கள் வீட்டுக்குக் கிளம்பவும் தேவியின் கோபத்தில் இருந்து தப்பிக்கத் தாமஸ் அவசரமாக வந்து ஜீப்பில் தொற்றிக் கொண்டான்.

"கடைசியாக உங்க பொண்ணை எப்போது பார்த்தீங்க...? மணி என்ன இருக்கும்?" என்று தேவி கேட்டதும்,

"அவள் காணமல் போறதுக்கு முன்னாடி மதியம் சாப்பிட்டு ரூம்க்குப் போனா. அப்போ மணி இரண்டு இருக்கும். அன்னைக்குக் கூட ஓவியம் தான் வரைஞ்சுட்டு இருந்தாண்ணு நினைக்கிறேன். அதற்குப் பிறகு அவளைப் பார்க்கல..." என்று நினைவு கூர்ந்தாள் சுவாதிகா.

"ஏதாவது லெட்டர் இல்ல வேற பேப்பர்னு ஏதும் இருந்ததா...?"

"அப்படி ஒன்னும் இல்ல".

அவந்திகாவின் ரூமை ஒரு இஞ்ச் விடாமல் கூர்ந்து பார்த்துக் கொண்டிருந்த தேவி அவளின் டேபிளின் மேல் வைக்கப்பட்டிருந்த ஓவியங்களை எடுத்து

ஒன்றொன்றாகப் பார்த்தான்.

அனைத்தும் 'கால்', 'நில்கா' மற்றும் 'அதரனின்' நினைவுகளைத் துளியும் மாற்றாமல் பிரதிபலித்துக் கொண்டிருந்தது.

அந்த ஓவியங்களே அவந்திகாவுக்குக் கால்லையும் அவனுடைய வாழ்க்கை முறையையும் வானளவு பிடித்ததை உணர்த்திக்கொண்டிருந்தது.

ஓவியங்களுக்கு நடுவே ஒரு காகிதம் மட்டும் தலைகீழாக இருக்கவும் அதைத் தனியே எடுத்த டேவி சிரித்துக் கொண்டே "உங்க பொண்ணோட ரூமில் இருந்த இந்த ஓவியங்களை எல்லாம் நீங்க கவனித்துப் பார்த்திருந்தாலே நீங்க எங்ககிட்ட வந்திருக்கவும் தேவையில்லை இப்படிக் கவலைப்பட்டிருக்கவும் தேவையில்லை" என்று சொன்னதைக் கேட்டுத் திகைத்து நின்றனர் அனைவரும்.

"அப்படி என்ன அந்தக் காகிதத்தில் இருக்கு...? எனக் கிருஷால் மற்றும் சுவாதிகா இருவரும் ஒரே சமயத்தில் மிகுந்த ஆர்வத்தோடு கேட்டனர்.

"உங்களுக்கு ஒரு பெரிய பரிசு காத்திருக்கிறது. அது என்ன ஏதுன்னு நினைச்சு ரொம்ப யோசிக்காதீங்க. நம்ம அனைவருக்கும் அதிலும் எனக்கு ரொம்ப பிடித்த ஒரு பரிசை உங்களிடம் விரைவில் கொண்டு வருகிறேன். இப்போது உங்களிடம் சொன்னால் நிச்சயம் எதுவும் புரியாது. அதோடு நடந்தது எதுவும் தெரியாது. அது மட்டுமில்லாமல் மிக முக்கியமாக அந்தப் பரிசை உடனே அடைய வேண்டும். கொஞ்சம் தாமதம் செய்தாலும் அது எங்கு செல்லும் என்றே தெரியாது. ஆகையால் இம்முறை நான் திரும்ப வரும் வரைப் பொறுமையாக ஆவலோடு காத்திருங்கள்...!"

டேவி கடிதத்தைப் படித்த பிறகே சுவாதிகாவுக்கு அவந்திகா காணாமல் போனதும் முதலில் அவளது ரூமுக்குச் சென்று பார்த்த போது கீழே பறந்து விழுந்திருந்த காகிதங்களை எல்லாம் எடுத்து வைத்ததும் அப்போது மேலிருந்த இந்தப் பேப்பரைச் சரியாகக் கவனிக்காது அதை மேலே வைத்து அடுக்கியதும் நினைவுக்கு வந்தது.

எது எப்படியோ கிருஷாலும் சுவாதிகாவும் மகிழ்ச்சியில் மிதந்தனர்.

ஆனால் தாமஸ் மட்டும் பத்து நாட்களுக்குப் பேசாமல் மருத்துவ விடுமுறையில் போய்விடலாமா என்று சிந்தித்துக் கொண்டிருந்தான்.

அவந்திகா எழுதிச் சென்ற பேப்பரைத் திருப்பிப் பார்த்த டேவி அதில் வரைந்திருந்த ஓவியத்தைக் கண்டு கடும் அதிர்ச்சி அடைந்தான். டேவியின் அதிர்ச்சி அனைவருக்கும் வியப்பை ஏற்படுத்தியது.

உடனே டேவி யாரிடமும் சொல்லிக் கொள்ளாமல் அந்த ஓவியத்தை மட்டும் எடுத்துக் கொண்டு புயல் வேகத்தில் ஜீப்பை எடுத்துக் கொண்டு கிளம்பினான்.

டேவியின் இந்தச் செயல் அனைவருக்கும் குழப்பத்தை ஏற்படுத்தியது. முக்கியமாக நடந்து செல்ல இருக்கும் தாமஸ்க்கும். ஆனால் எதுவாக இருந்தாலும் அதைப்பற்றி இனிமேல் கிருஷாலுக்கும் சுவாதிகாவுக்கும் கவலையில்லை.

நேராகக் காவல் நிலையத்துக்குச் சென்ற டேவி, அங்கிருந்த ராபர்ட்டை அழைத்தவன் உடனடியாக ''மேடம் **விக்டோரியா**'' கேஸ் பைல்ஸ் மற்றும் டாக்குமெண்டையும் எடுத்து வரச் சொன்னான்.

டேவியின் அந்த வார்த்தையே ராபர்ட்டைக் கதி கலங்க வைத்தது. ''அதான் கேஸை முடிச்சாச்சே டேவி. இப்போ எதுக்கு அதெல்லாம்'' என்று சொன்ன ராபர்ட்டுக்கு டேவியின் நெருப்பு பார்வையே உத்தரவைப் பிறப்பித்தது.

வியர்த்துக் கொட்டிய ராபர்ட் வேறு வழியின்றி டேவி கேட்ட அனைத்துப் பைல்ஸ் மற்றும் டாக்குமெண்டையும் எடுத்து வரச் சென்றான்.

7

கால்லும் அவந்திகாவும்

அந்த அடர்ந்த இருட்டில் வானில் உள்ள எண்ணிலடங்காத நட்சிதரக் கூட்டங்களை இரசித்துக் கொண்டே சரியான பாதைத் தெரியாமல் தெரிந்த பாதையில் பயமின்றி முன் வந்து கொண்டு இருந்த அவந்திகாவை அவள் நினைத்ததைப் போலவே அதரன் வந்து பற்றிக்கொண்டான் !!!

அவந்திகாவும் அதரனும்

அதரனின் நகங்கள் உள்ளிறங்கி வலியைக் கொடுத்தாலும் அதற்கு முன்பே தயாராகி வந்திருந்த அவந்திகா அதரனோடு பெரும் மகிழ்ச்சியாய் கால்லை நோக்கி சென்றாள்.

நெடுந்தூரம் அவனுக்காகவே அவனைப் பார்க்கப் பயணித்து வந்திருந்த போதும் நீண்ட நேரம் திட்டுகளையே அதற்குப் பரிசாக வாங்கிக் கொண்டிருந்த அவந்திகா, ஒரு கட்டத்தில் பொறுமை இழந்து அவன் மீண்டும் வாயைத் திறக்கவே முடியாதபடி அவன் உதட்டோடு தன் உதட்டைப் பொருத்தி இருந்தாள்.

நீண்ட நேரம் தொடர்ந்த இதழ் யுத்தத்தில் இருவருக்கும் மூச்சுத் திணறிய பிறகே அவந்திகா விட்டாள்.

அன்று இரவு முழுவதும் உறங்காத அவந்திகாவும் காலும் அதிகாலையில் தான் உறங்கச் சென்றனர்.

இருப்பினும் விடாத நில்காவின் குரைச்சல் அவர்களைச் சிறிது நேரத்திலேயே எழுப்பியது. அன்னபூர்ணாவின் மேற்கு திசை அடிவாரதின் மேலே அதரன் பறந்து கொண்டிருப்பதை இருவரும் கண்டதும் இருவரும் வேகமாக வெளியே வந்தனர்.

"நான் வந்த பாதையில் இப்போது யார் வருகிறார்கள்…? இப்பாதை யாருக்கும் தெரியாது தானே…?" என அவந்திகா கேட்டதும், "ஆமா அவந்திகா…! நான் போய் யாருனு பார்த்துட்டு வந்துடறேன். நீ இங்கேயே நில்தாவோட பத்திரமா இரு" என்று சொல்லிக் கிளம்பிய 'காலி'ன் கைகள் முதன் முதலாகத் தடுக்கப்பட்டது.

"நானும் வரவா…?" என்று கேட்டு நின்றாள்.

"இல்ல அவந்திகா… நான் குறுக்குப் பாதையில் மலை முகட்டில் ஏறிப் பார்த்துட்டு வந்துடறேன் நீ இங்கயே இரு" என்று சொல்லி அதிவேகமாகச் சென்றான் கால்.

என்ன செய்வதென்று தெரியாமல் அங்கேயே சுற்றித்திரிந்த அவந்திகாவின் கண்ணில் மீண்டும் பட்டது அந்தப் "புத்தகம்".

நிறையப் புத்தகம் இருந்தாலும் அவள் அடிபட்டு அங்கே இருந்த போதே தனித்திருந்த இந்தப் புத்தகத்தைப் பார்த்ததும் படிக்கத் தோன்றியது. அப்போது இருந்த சூழ்நிலையில் அதைப் படிக்க முடியாமல் போனதால் அதை வெறும் "ஓவியமாக" மட்டும் வரைந்திருந்த அவந்திகாவுக்கு இம்முறை அதைப் படிக்கும் வாய்ப்பு கிட்டியது.

எப்போதும் கணித்து வரும் நேரத்தை விட அதிக நேரம் எடுத்து வருவோரைக் கூர்ந்து கவனித்துக் கொண்டிருந்தான் கால்.

வெகு நேரம் கழித்து மிகுந்த மகிழ்ச்சியோடு கூடாரத்துக்குத் திரும்பிய கால் அவனுக்கு நேர் எதிரான மனநிலையில் தாள முடியாத வருத்தத்தோடு அழுது கொண்டிருந்த அவந்திகாவைக் கண்டு செய்வது அறியாது திகைத்து நின்றான்.

8
புத்தகமும் மர்மங்களும்

டேவி கேட்ட எல்லாப் பைல்ஸ் அண்ட் டாக்குமென்டையும் கொண்டு வந்து கொடுத்த ராபர்ட்டுக்கு மேலும் வியர்க்கத் தொடங்கியது.

"என்ன ராபர்ட்...? இந்தக் கேஸை வெற்றிகரமாக முடித்தும் ஏன் இப்படி வியர்க்குது...?

அதிகாரி டேவி

முகத்தைத் துடைங்க. பேப்பர்லாம் நனையுது" என்று சொல்லிச் சிரித்த தேவி அனைத்து டாக்குமெண்டையும் கூர்ந்து நோக்கத் தொடங்கினான்.

ஒரே பக்கத்தையே நீண்ட நேரம் கூர்ந்து கொண்டிருந்த தேவிக்கு ராபர்ட்டைத் தாண்டி வியர்த்துக் கொட்டியது. மிகுந்த பயத்தோடு ராபர்ட், "என்னாச்சு தேவி...?" என்று கேட்டான்.

"இந்தக் கேஸ் இன்னும் முடியவே இல்லை. சொல்லப் போனால் இன்னும் ஆரம்பிக்கவே இல்லை."

ராபர்ட் பக்கம் நின்றிருந்த சார்லஸை, சிவநாராயணனோட வீடு மற்றும் அவனோட லைப்ரேரி இடத்தில் இருந்து கடைசியாக எடுத்து வைத்த புத்தகம் நோட்ஸ்னு என்ன இருந்தாலும் எடுத்துட்டு வா... என்று சொல்லி அனுப்பினான் தேவி.

தேவியின் இச்செயல் ராபர்ட்க்கு அவன் வாழ்வில் இதுவரை உணராத பயத்தை ஏற்படுத்தியது.

பயத்தோடு நின்றிருந்த ராபர்ட்டை அருகில் அழைத்தான் தேவி.

பயந்து கொண்டே வழிந்த வியர்வையோடு மெல்ல நடந்து வந்த ராபர்ட்டை நோக்கி, "என்ன ராபர்ட்... நீயே கொலைச் செஞ்ச மாதிரி ஏன் இப்படி வேர்த்துக் கொட்டுது...?

என் வாழ்க்கையில் நான் இப்படியொரு கேஸைப் பார்த்தது இல்லை. உண்மையில் இந்தக் கேஸோட முடிவை வைத்துத்தான் நான் ஒரு அதிகாரியாக இருக்கத் தகுதி உடையவனா இல்லையான்னு முடிவு பண்ண முடியும்."

எதுக்கு இப்படிப் பேசுற தேவி. அப்படி என்ன இந்தக் கேஸ்ல இருக்கு...?

"ராபர்ட் இந்தக் கேஸ் நீ நினைச்சு முடித்த மாதிரி இல்ல. இது ஒரு ஆள் சம்பந்தப்பட்ட கேஸ் கிடையாது. இதற்குப் பின்னால் பெருசா வேற ஏதோ இருக்கு" என்றவன் அவன் பார்த்து நடுங்கியதைப் பற்றிக் கூறத் தொடங்கினான்.

- அரவிந்த் கொண்டு வந்து கொடுத்த புத்தகம்.
- சிதம்பரம் எடுத்துச் சென்ற புத்தகம்.
- ராதாகிருஷ்ணன் படித்துக் கொண்டிருந்த புத்தகம்.
- கடைசியாக மேடம் விக்டோரியா கேட்டுச் சிவநாராயணன் கொண்டு போய் கொடுத்த புத்தகம்.

எல்லாமே "ஒரே புத்தகம்"தான்.

தேவி சொன்னதைக் கேட்ட ராபர்ட்டுக்குத் தூக்கி வாரிப் போட்டது.

என்ன தான் தடவியல் மற்றும் பிரேதப் பரிசோதனை ரிப்போர்ட் சிவநாராயணனுக்குச் சாதகமாய் இருந்ததை எல்லாம் டேவியிடம் சொல்லாமல் மறைத்திருந்தாலும் இந்தச் செய்தி ராபர்ட்க்குத் துளி கூடத் தெரியாது.

"டேவி இது என்ன ஒன்னுமே புரியல

எப்படி இவ்ளோ பெரிய கனக்ட்டிவிட்டி அப்போ இதற்குப் பின்னால் யாரு தான் இருக்கா...?

மேடம் விக்டோரியாவ கொலைச் செய்தது யாரு...?

அவர்களோட நோக்கம் தான் என்ன...?

யாருக்கு மேடம் விக்டோரியா மற்றும் அவங்க நெட்வொர்ப் பற்றித் தெரிந்தும் கொலைச் செய்யற அளவுக்கு தைரியம் வந்தது...?"

"உன்னோட எந்தக் கேள்விக்கும் உன்னைப் போலவே என்னிடமும் எந்தப் பதிலும் இல்லை. ஆனால் ஒன்று மட்டும் தெரியும். இது எல்லாவற்றுக்கும் விடைத் தெரியணும்ன்னா இதோட ஆரம்பத்துக்குத் தான் நாம போகனும்."

"ஆரம்பம்மா?

எந்தத் தப்பும் பண்ணாத போது சிவ நாராயணன் ஏன் தற்கொலைப் பண்ணான்...?

இது எதற்கும் சம்பந்தமே இல்லாத ராதாகிருஷ்ணன் ஏன் செத்தான்...?

எதற்காகச் சம்பந்தமே இல்லாமல் அரவிந்தும் சிதம்பரமும் காணாமல் போனாங்க...?

இப்படி எதற்குமே விடைத் தெரியாத போது நாம எப்படி ஆரம்பத்தை நோக்கிப் போறது டேவி...?"

"இங்க எல்லாத்துக்கும் காரணமும் இருக்கு சம்பந்தமும் இருக்கு தப்பும் இருக்கு. ஆனால் இதைப் பற்றி முழுமையாகத் தெரிந்து கொள்ளனும்ன்னா ரொம்ப உயரமான இடத்துக்குப் போகனும்."

"உயரமான இடத்துக்கா? என்ன சொல்ற டேவி. ஒன்னும் புரியல...?"

அவந்திகாவின் வீட்டில் இருந்து அவன் எடுத்து வந்திருந்த அவள் வரைந்த ஓவியத்தை ராபர்ட்டிடம் காட்டினான் டேவி.

அதைப் பார்த்ததும் பெரும் அதிர்ச்சி அடைந்தான் ராபர்ட்.

"இவங்க எல்லாரும் எடுத்துப் படித்த அதே புத்தகம் அங்க எப்படி?

அப்படி என்ன தான் அந்தப் புத்தகத்துல இருக்குது டேவி...?

ஒரே ஒரு புத்தகம் நம்மை இப்படிச் சுற்றலில் விடுதே...!"

"எனக்கும் ஒன்னுமே புரியல. ஆனா இது எல்லாத்தையும் நாம தெரிந்து கொள்ள ஒரேயொரு வழித் தான் இருக்கு."

"டேவி சிவநாராயணன் வீடு லைப்ரரினு எல்லா இடத்துலயும் நல்லா தேடிட்டேன். பெரிசா எதுவுமே கிடைக்கல. ஆனால் அவரோட லைப்ரரி ரேக்ல

ஒரே ஒரு புத்தகம் மட்டும் இருந்தது.''

சார்லஸை மேலே பேசவிடாமல் ''என்ன புத்தகம்'' என்று கேட்டான் ராபர்ட்.

சார்லஸ் பெயரைச் சொல்லாமல் தான் கையோடு எடுத்து வந்திருந்த புத்தகத்தையே ராபர்ட்டிடம் கொடுத்தான்.

கை நடுக்கத்தில் புத்தகத்தைக் கீழே விட்டான் ராபர்ட்.

பேரதிர்ச்சியில் இருந்த ராபர்ட்டும் தேவியும் மறுநாள் அன்னபூர்ணாவிற்கான பயணத்தைத் தொடங்கினர்.

9

முடிவுரையும் ஆரம்பமும்

அவந்திகாவைப் பழைய நிலைமைக்குக் கொண்டு வரப் பெரும்பாடுபட்டான், கால்.

ஒருவழியாக நீண்ட நேர சோகத்திற்குப் பிறகு சிறிது தேறியவள்

- "கடாரன் இப்போது எங்கே...?
- குறுங்காடுஇப்போது எப்படி இருக்கு...?
- அணங்காது அம்பனைப் பிலாவடி கருப்பன் கோவில் முன்னால் பலி கொடுத்தார்களா...?
- அவனோட நோக்கம் தான் என்னன்னு இப்போ உடனே எனக்குச் சொல்லு 'கருங்காலன்' மகன் 'செங்காலன்'...!" என்று புத்தகத்தை முழுவதும் படித்து முடித்திருந்த அவந்திகா அழுத்திக் கேட்டாள்.

உன்னோட எல்லாக் கேள்விக்குமான பதிலை நம்மை நோக்கி வந்துட்டு இருக்க "மாலியும்", "சிறன்" னும் சொல்லுவாங்க. கொஞ்ச நேரம் பொறுமையா இரு...!" என்ற கால் எதையோ முடிவு செய்து விட்டவன் போல விறைத்து நின்றான்.

- சிவநாராயணனும் ராதா கிருஷ்ணனும் ஏன் தற்கொலைப் பண்ணனும்?
- அரவிந்தும் சிதம்பரமும் எதற்குக் காணாமல் போனார்கள்...?
- மேடம் விக்டோரியாவை யாரு தான் கொலைப் பண்ணாங்க...?
- எதற்குத் தான் பண்ணானாங்க...?

ஒன்னுமே புரியலயே…? என்று புலம்பியபடியே கால் மற்றும் அவந்திகாவை இருக்கும் கிழக்கு திசை அடிவாரத்தில் வந்து கொண்டிருந்தனர், டேவியும் ராபர்ட்டும்…!

இவை அனைத்துக்குமான விடையாய், அந்தப் புத்தகமாய் கடாரனும் குறுங்காடும் இரண்டாம் பாகம் விரைவில் வரும்.

10

கடாரனும் குறுங்காடும்

'கடாரனும் குறுங்காடும்' நெடுங்கதையின் தொடர்ச்சியே அவந்திகாவும் அன்னபூர்ணாவும் !

இப்புத்தகம் படித்த பின் "கடாரனும் குறுங்காடும்" புத்தகத்தைப் படிக்காதவர்கள் சென்று நிச்சியம் படிக்க வேண்டும் ஏனெனில் அதுவே அடுத்த பாகத்தை நீங்கள் புரிந்துகொள்ளவும் மேலும் கடாரன் மற்றும் குறுங்காட்டினரின் வாழ்வியலையும் அணங்காது அம்பன் மற்றும் வேட்டைக்காடார்களின் வேட்டை நடைகளையும் அறிந்து கொள்ள உதவும்.

ஆனால் நீங்கள் அதற்காக 'கடாரனும் குறுங்காடும்' புத்தகத்தைச் சென்று வாங்க தேவையில்லை உங்களுக்காக இங்கேயே இப்புத்தகத்தின் தொடர்ச்சியாய் கடாரனும் குறுங்காடும் இணைக்கப்பட்டுள்ளது.

படித்தவர்கள் மீண்டும் ஒரு முறைக் குறுங்காட்டுக்குள் பயணியுங்கள் உங்களின் நினைவுகளை மீட்டு எடுக்க.

கடாரனும்
குறுங்காடும்
இயற்கையும் இயற்கையோடு இயைந்த
வாழ்வியலும்
அஜய் விக்னேஷ்

11

ஊர் மந்தை

அதி வேகமாக மான் ஒன்று பாய்ந்து கொண்டிருந்தது. அதைக் கண்டவுடன் புலிக்கு முன்னால் பாய்ந்தான், குறுங்காட்டுத் தலைவன் 'கடாரன்'.

நெடுமையான உயரம், பாறையான உடம்பு, வீரனுக்கே உரிய மலைபோல் உயர்ந்த தோளில் வேட்டையாடிய மானைக் கிடத்தி, ஊர் மந்தைக்கு நடந்து சென்றான், கடாரன்.

இயற்கை எழிலும் வளமும் சூழ்ந்த கற்பனைக்கே உரியதான இடம் தான் மேற்குத் தொடர்ச்சி மலைகள்.

இந்த மேற்குத் தொடர்ச்சி மலைகளில் எண்ணற்றப் பழங்குடி மக்கள், பல்வேறு நிலப்பகுதிகளில் இயற்கையோடு இயைந்து வாழ்ந்து வருகின்றனர்.

அவ்வாறு இயற்கையோடு இயைந்து வாழும் ஒரு சிறிய பழங்குடி தான் 'குறுங்காட்டினர்'.

நாற்புறமும் சூழ்ந்த வானுயர் மலைகளுக்கும், அடர்ந்த மரங்களுக்கும் நடுவில் உள்ளது தான் குறுங்காடு. அதுவே, குறுங்காட்டின் அழகாகவும் அரணாகவும் இருக்கிறது.

காற்றின் இசையும், இக்குறுங்காட்டு மக்களின் இசையும் இம்மலைத் தொடர் முழுவதும் பரவிக் கொண்டே இருக்கும்.

அப்படிப்பட்ட குறுங்காடு இன்று காற்றின் ஓசையோடு மட்டும் தவழ்ந்து கொண்டிருப்பதைக் கண்டு, வியப்போடு ஊர் மந்தைக்கு விரைந்தான் கடாரன்.

கடாரனின் அவ்வியப்பு நீங்கும் முன்னே, அவன் முன் வந்தான் குறுங்காட்டுத் தளபதி 'ஆதிவளம்பன்'.

ஆதிவளம்பனின் தோற்றமே அவனின் வீரத்தையும், அவன் குறுங்காட்டுக்காக முன்னின்று செய்த எண்ணற்றப் போர்களையும் பறைசாற்றும்.

நடந்தது அறியாது நின்றிருந்த கடாரனிடம், ஆதிவளம்பன், 'இவ்வளவு தாமதமாகவா வேட்டைக்குச் சென்று வருவீர்கள்.'

நெடுநேரம் முன்பே நெடுங்காடு 'அழைப்பன்' வந்து 'மூப்பனோடு' சேர்த்து ஊரார் அனைவரையும் அழைத்துக் கொண்டு மணவிழாவுக்குச் சென்று விட்டார். நீங்கள் திரும்பியவுடன் உங்களை விரைந்து அழைத்து வர என்னையும், 'வண்டேரி'யையும் விட்டுச் சென்றிருக்கிறார்' என்றான்.

"வேட்டை என்பது சென்றவுடன் கண்ணில் பட்டதைக் கொன்று எடுத்து வருவதில்லை. காட்டில் வாழும் விலங்குகளைப் பொருத்தது, அதனின் பெருக்கத்தைப் பொருத்தது. மேலும் அது விலங்குகளின் முக்கியத்துவம் சார்ந்தது. இதனைத் தான் நீ நன்றாக அறிவாயே" என்ற கடாரனின் வார்த்தைகள் ஆதிவளம்பனுக்குத் தாமதம் பெரிதன்று, அதனின் நோக்கம் உயர்ந்ததாக இருக்கும் பட்சத்தில் - என மீண்டும் உணர வைத்தது".

சிறிது நேரம் பேச்சற்று நின்றிருந்த ஆதிவளம்பனிடம், 'வண்டேரி எங்கே?' என்றான், கடாரன்.

ஈராண்டு முன் நாம் வைத்த தேரல் கள்ளை மண விழாவுக்காக எடுக்கச் சென்றுள்ளான்.

தேறல் என்றதும் தான் ஆதிவளம்பனுக்கு, மூப்பன் அழைப்பனோடு செல்லும் போது கடாரனிடம் கொடுக்கச் சொல்லிக் கொடுத்த மரப்பட்டைகள் நினைவுக்கு வந்தது.

'தோதகத்தி' மற்றும் 'இலுப்பை' மரப்பட்டைகளைக் கடாரனிடம் கொடுத்தான்.

தோதகத்தி மற்றும் இலுப்பை மரக்கட்டைகளைக் கண்டதுமே மூப்பன் சொல்லிச் சென்ற செய்தியைப் புரிந்து கொண்டான், கடாரன்.

மரப்பட்டைகளைக் கையில் வாங்கிய கடாரன், 'ஆகட்டும்

நீ சென்று ஆள் ஈட்டி, இருமுனை சூழ் மற்றும் என்னுடைய சுருள் வேல்' முதலிய அனைத்தையும் ஆயுதக்கிடங்கிலிருந்து எடுத்து வா' என்றான்.

மணவிழாப் பயணத்திற்கு ஏன் இந்த ஆயுதங்களைக் கடாரன் எடுத்து வரச் சொல்கிறான் - என எண்ணிக் கொண்டே ஆயுதக்கிடங்கை நோக்கி நடந்தான், ஆதிவளம்பன்.

நெடுங்காடு பயணம் ஓர் இரவு இரண்டு பகல் ஆகும் என்பதால், வேட்டையாடிய மானைப் பதப்படுத்தி எடுத்துச் செல்ல ஓலைப்பெட்டி நெய்யப் பனை மரம் நோக்கிப் புறப்பட்டான், கடாரன்.

பனையை நோக்கிச் செல்லும் வழியில், கடாரன் முன் இரண்டு பெரியப் பனை ஓலைப்பெட்டி அரையும் குறையுமாய் நெய்து இருந்தது.

பெட்டியின் கோணம் மற்றும் நெய்யத் தெரியாமல் நெய்த நிலையை வைத்தே இது. 'கருங்காலனின்' வேலை என்பதை உணர்ந்து கொண்டான். கடாரன்.

இருப்பினும் இவற்றை அறியாதது போல், மறைந்திருக்கும் கருங்காலனைத் தேடத் தொடங்கினான்.

தந்தை தன்னைத் தேடுவதை உணர்ந்து கொண்ட கருங்காலன், நம்மை அவர் முதலில் கண்டுபிடித்து விட்டால் தேடி அலைய விட்டதற்கும் சேர்த்துத் திட்டுவார் என்பதால், தானே பெட்டிப் பாம்பாய், பெட்டி முன் போய் நின்றான்.

பம்மிய கருங்காலனை நோக்கிக் கடாரன், 'உன்னை நான், தாய் அல்லது மூப்பனோடு தானே இருக்கச் சொன்னேன். மண விழாவிற்கு ஊரார் உடன் செல்லாமல் இங்கு, தனித்து என்ன செய்து கொண்டிருக்கிறாய்?' என்றான்.

கருங்காலன் தந்தையே, 'இந்தக் குறுங்காடே உங்களை மாவீரன் என்றும், அறம் தவறான் என்றும் போற்றுகிறது. ஆனால், எனக்குப் பதினைந்து வருடங்கள் கழிந்தும் இதுவரை நான், உங்கள் வீரத்தையோ, வேட்டையையோ பார்த்தது இல்லையே.

எனக்கு நீங்கள் கற்பிக்கும் போது கூடக், காடு சார்ந்த அறிவையும், அறம் பற்றிய கதைகளையும் தான் கூறுகிறீர்கள். நம்மை நோக்கி வரும் நிலம் சார்ந்த "போருக்கோ" அல்லது "வேட்டைக்கோ" என்னை நீங்கள் அழைத்துச் சென்றதும் இல்லை. அதைப் பற்றிக் கூறியதும் இல்லை.

அதனால்தான் இன்று நீங்கள் நெடுங்காடு மண விழாவுக்கான வேட்டைக்குச் செல்கிறீர்கள் என்பதை அறிந்து கொண்டு, மூப்பனை ஏமாற்றி இவ்விடம் வந்தேன்' என்றான்.

கருங்காலா, 'வேட்டைக்கும் போருக்கும் முக்கியமே காடு சார்ந்த அறிவும், அறமும் தான். அதை நீ விரைவில் உணர்ந்து கொள்வாய்.

சரி, இனியும் இதுபோல் குறும்புத்தனம் செய்யாமல் அமைதியாக எங்களுடன் மணவிழாவுக்கு வா' என்று கூறிக்கொண்டே, ஓலைப் பெட்டி நெய்ய ஆரம்பித்தான் கடாரன்.

கடாரனும் கருங்காலனும் வருவதற்கு முன்பே ஆயுதங்களுடன் மந்தையில் வந்து அமர்ந்திருந்தான் ஆதிவளம்பன்.

நெடுநேரம் ஆகியும் வண்டேரியைக் காணவில்லை. நேரம் நீண்டு கொண்டே இருந்ததால் மூவரும் தேறல்கள் இருக்கும் திசை நோக்கிச் சென்றனர்.

தேறல், கள் இருக்கும் இடத்திலிருந்து சிறிது தொலைவில் இருக்கும் திரளி மரத்தடியில் மயங்கிக் கிடந்தான், வண்டேரி.

மயங்கிய வண்டேரியின் அருகில் தேறல் பானை இருந்தது. எறியும் தூரத்தில் உடைந்த சிறு மண்குவளை இருந்தது. இவ்வனத்தையும் கூர்ந்த கடாரன், எடுத்து வந்த 'அறவி' மூலிகையைக் கசக்கினான். கசக்கிய அறவியின் சாற்றை நாசியில் விட்டதும், கருந்தேள் கடி வாங்கியது போல் அலறித் துடித்து எழுந்து ஓடினான், வண்டேரி.

சொர்க்கத்தில் திளைத்துக் கொண்டிருந்த வண்டேரிக்கு அறவிச் சாறு, கடும் எரிச்சலை உண்டாக்கியது. அனைவரின் எல்லையில்லாச் சிரிப்புக்குப் பின், தான் உயிரோடு உள்ளதை உணர்ந்த வண்டேரி, அறவியின் சாற்றால் சிறிது நேரத்தில் நினைவுக்குத் திரும்பினான்.

தேறல் கள் குடித்தவன் சிறிது நேரத்தில் நினைவுக்குத் திரும்பியதை, ஆதிவளம்பனே ஆச்சரியத்தோடு கண்டான்.

ஆதிவளம்பன், கருங்காலனிடம் 'உன் தந்தை நெடுநேரம் நம்மோடு அமர்ந்திருந்தது, நம்மைப் போல வண்டேரியை எதிர்பார்த்து அன்று. நேரத்தைப் பொறுத்து எந்தச் சாற்றைக் கொடுக்கலாம் என்று' என்றான்.

சிறிது நேரச் சிரிப்புக்குப் பின் நினைவுக்குத் திரும்பிய வண்டேரி, கடாரன், கருங்காலன் மற்றும் ஆதிவளம்பன் நெடுங்காடு பயணத்திற்கு ஆயத்தமாகினர்.

குறுங்காட்டிலிருந்து நெடுங்காடு பயணிக்கும் முன் அனைவரும், ஊர் மந்தை அருகில் நெடுந்து ஆழமாக வளர்ந்திருந்த அரச மரத்தை வழிபட்டு, பின்பு பிலாவடி கருப்பனை நோக்கிச் செல்லத் தொடங்கினர்.

கருங்காலன், கடாரனிடம் 'தந்தையே நாம் இப்போது வணங்கச் செல்லும் பிலாவடி கருப்பனை வணங்கினால், நாம் கேட்டது எல்லாம் நமக்குக் கிடைக்கும்.

அப்படி இருக்கையில் ஒன்றும் தராத இந்த அரச மரத்தை வணங்கக் காரணம் என்ன?' என்றான்.

கருங்காலனின் கேள்வியின் ஆழத்தை உள்வாங்கிய கடாரன், கேள்விக்குப் பதில் உரைக்காமல் மாறாகக் கருங்காலனிடமே மற்றொரு கேள்வி எழுப்பினான். அப்படி கடாரன் செய்தது இக்கேள்விக்குப் பதில் "மெய் உணர்த்தாது" என்பதால் தான்.

'சரி, நீ பிலாவடி கருப்பனிடம் சென்று இப்போது என்ன கேட்பாய்?'

'நான் இப்போது இருப்பது போல் எப்போதும் மகிழ்வோடு இருப்பதற்கும், என் சுற்றத்தார் அனைவரும் மகிழ்வோடு இருக்க வேண்டும் என்றும் கேட்பேன்' என்றான்.

'உன்னுடைய எண்ணம் மிகவும் நன்றாக வளர்ந்திருக்கிறது. ஆனால் சிந்தனை தான் சற்று மெல்ல வளர்ந்து கொண்டிருக்கிறது' என்று சிரித்துக் கொண்ட கடாரன்,

'கருங்காலா, நீ சொல்வதைப் போல் நாம் மகிழ்வோடு எப்போதும் இருக்க வேண்டுமானால், நம் சுற்றம் எப்போதும் வளமாக இருக்க வேண்டும். இப்போது வரை நாம் எப்போதும் மகிழ்வோடு இருப்பதற்கு முக்கியக் காரணம், நம் வளமான சுற்றமே!

அவ்வளமான சுற்றத்தை நமக்கு உருவாக்கியது, நாம் ஆதி முதல் வாழும், வணங்கும் கடவுளான இயற்கை தான்.

அந்த இயற்கைக்குள் அடங்கியிருக்கும் முக்கிய தெய்வம் தான் மரங்கள். இம்மரங்கள் தான் நமக்கு,

> *"நாம் உயிரோடு வாழக் காற்றுத் தருகிறது.*
> *நாம் உறுதியோடு இருப்பதற்கு உணவு தருகிறது.*
> *நாம் நிலையோடு இருப்பதற்கு இடம் தருகிறது.*
> *நாம் வலிமையோடு இருப்பதற்கு மருந்து தருகிறது.*
> *நாம் துணிவோடு இருப்பதற்கு ஒளி தருகிறது. அனைத்தையும்*
> *விட, நாம் அனைவரோடும் மகிழ்வோடு இருக்கக் காடு தருகிறது."*

இம்மாதிரி எண்ணிலடங்காச் செயல்களையும், பொருள்களையும் நமக்கு நேர்முக-மாகவும் மறைமுகமாகவும் மரங்கள் வழங்குகின்றன.

நாம் கேட்டதை நமக்குக் கொடுப்பது கருப்பன் என்றால், நாம் கேட்காமலேயே நாம் எண்ணுவதைக் கொடுப்பது தான் மரங்கள், கருங்காலா' என்று மரத்தின் தெய்வத்தன்மையைக் கருங்காலனுக்கு உணர்த்தினான், கடாரன்.

குறுங்காடு அரச மரம்

தந்தை சொல்வதைப் பிரமித்துக் கேட்ட கருங்காலன், பின் சென்று மறுமுறை நெடுந்து அடர்ந்து வளர்ந்திருந்த அரச மரத்தை வணங்கி வந்தான்.

வந்தவனிடம், 'நாம் இந்த அரச மரத்தை மட்டும் வழிபடுபவர்கள் அல்லர். அனைத்து இயற்கையையும் வணங்குபவர்கள்.

இருப்பினும் இதை நாம் குறிப்பாக வணங்குவதற்குக் காரணம், குறுங்காடு உருவாவதற்கு முன்னே உருவாகியது தான் இந்த அரசமரம். இந்த மரத்தை மையமாக வைத்துத்தான் நம் முன்னோர்கள் குறுங்காட்டை உருவாக்கினராம்.

நம் தலைமுறைகள் பல கடந்தும் இன்றும் தழைத்து ஓங்கிச் செழித்து வளர்ந்து கொண்டிருக்கிறது' என்றான்.

எப்போது பெறுவதைக் குறைத்து வழங்குவதைக் கூட்டுகிறோமோ அன்றுதான் நாம் உயர் தன்மையை அடைகிறோம்.

அப்படியிருக்கையில் இங்கு நாம் எப்போதும் இயற்கையிடமிருந்து பெற்றுக் கொண்டு தான் இருக்கிறோம். நாம் பெற்றதற்கு இயற்கைக்கு நன்றி செலுத்தினால் மட்டும் பற்றாது, திருப்பியும் இந்த இயற்கையின் அழகை, வளத்தை உயர்த்த மரங்களைக் கொடுத்தல் வேண்டும். மேலும் நமக்கு எப்போதும் உதவும் அதற்கு, நாமும் மறு உதவி செய்ய வேண்டும்.

அப்படிக் கொடுத்தலின் உயர்வை உணர்ந்த நம் முன்னோர்களும், உன் தந்தையும் இதுவரை இக்காட்டில் எண்ணிலடங்கா மரத்தை வளர்த்து உருவாக்கியிருக்கிறார்கள். அவரோடு சேர்ந்து நாங்கள் அதை இன்றும் நம்மில்

ஒன்றாக வளர்த்துக் கொண்டிருக்கிறோம் - என்ற ஆதிவளம்பனின் வார்த்தைகள் கருங்காலனுக்குத் தெய்வத்தை வணங்குவதோடு மட்டும் நிறுத்தி விடாமல், எண்ணிலடங்கா தெய்வத்தை இந்த இயற்கைக்குக் கொடுக்கவும் வேண்டும் என்ற மெய் உணர வைத்தது.

பேசிக் கொண்டே பாட்டன் பிலாவடி கருப்பனை வணங்கி, அனைவரும் நெடுங்காடு நோக்கிப் புறப்பட்டனர்.

12

நெடுங்காடு

நெடுங்காட்டிற்குக் குறுங்காட்டிலிருந்து மூன்று வழியாகப் பயணிக்கலாம். அதில் அனைவரும் பயணிக்கும் பாதை 'புல் பாறைப் பாதை'. மழைக்காலங்களில் புல்பாறைப் பாதை, நீர் நிரம்பி இருக்கும் என்பதால் 'தென்னங்காடு' வழியாகப் பயணிப்பார்கள்.

அப்படியிருக்கையில் இன்றைய நெடுங்காட்டுக்கான பயணத்தில் கடாரனின் கால்கள், சுனைப் பள்ளத்தாக்கை நோக்கி அடி எடுத்து வைத்தது.

வழக்கமான பாதையில் செல்லாமல் இவ்வழியில் கடாரன் ஏன் செல்ல நினைக்கிறான்? என உடன் வருபவர்கள் எவருக்கும் புரியவில்லை.

ஆனால், அனைவருக்கும் ஒன்று மட்டும் புரிந்தது, இப்பாதைக் கொடூரமான கொலை மிருகங்களின் வாழ்விடப் பாதை என்று.

அதற்குக் கடாரன், ஆதிவளம்பனிடம் எடுத்து வரச் சொன்ன ஆயுதங்களே சாட்சியாக இருந்தது.

சுனைப் பள்ளத்தாக்கு வழியாகச் செல்லத் தொடங்கிய சிறிது தொலைவிலேயே கருங்காலனுக்குப் பயம் தொற்றிக் கொண்டது. காரணம், பார்வையே.

சூரியனின் ஒளியைத் தரையில் விடாது, நெடுந்து வளர்ந்திருக்கும் அடர்ந்த மரங்களும், முன் செல்ல முடியாத அளவிற்குக் கடினமாக இருக்கும் பாதைகளும் தான்.

இருப்பினும் இவற்றை அறியாத கடாரனின் கால்கள் முன் விரைந்து கொண்டிருந்தன. அதற்கு இணையாக ஆதிவளம்பனின் கால்களும் முன் சென்று கொண்டிருந்தன.

பயம் ஒருவனிடம் வந்துவிட்டால் அது அவனின் தனிமையைத் தொலைத்துவிடும்.

அது கருங்காலனுக்கு மட்டும் விதி விலக்கா என்ன?

இதுவரைச் சற்றுத் தொலைவில் தனிமையாக நடந்து வந்து கொண்டிருந்த கருங்காலன் ஓடிச் சென்று, வண்டேரியிடம் ஒட்டிக் கொண்டான்.

சற்று மெல்லப் பயம் நீங்கத் தேறல் கள் குடித்துக் கொண்டு, வண்டேரியிடம் உரையாடிக் கொண்டும் வந்தான், கருங்காலன்.

தேறல் கள்ளில் மையம் கொண்டு நீண்ட நேரம் அதன் தன்மை, மற்றும் அது கொடுக்கும் எண்ணிலடங்காத மகிழ்ச்சியைக் குறித்துப் பேசி வந்த கருங்காலனுக்கும், வண்டேரிக்கும், கடாரன் மற்றும் ஆதிவளம்பன் எங்குச் சென்றார்கள் என்று கூடத் தெரியவில்லை.

அசுர வேகத்தில் அவர்கள் முன் சென்று கொண்டு இருந்தார்கள்.

நீண்ட நேர ஓட்டத்துக்குப் பின் தான் கடாரனையும் ஆதிவளம்பனையும் வண்டேரி மற்றும் கருங்காலனால் அடைய முடிந்தது.

இனியும் இவர்களை அவர்கள் போக்கில் விட்டால், நாம் வழியைத் தொலைத்துப் போக நேரிடும். எப்படியாவது இவர்களிடம் பேச்சு கொடுத்து வேகத்தைக் குறைக்க வேண்டும் என்று முடிவு செய்த கருங்காலன்,

"தந்தையே, நாம் ஏன் இவ்வழியில் நெடுங்காட்டுக்குப் பயணிக்கிறோம். இருக்கும் மற்ற இரண்டு பாதையில் பயணிக்காமல் இக்கடினமான பாதையில் பயணிக்க என்ன காரணம்" என்று ஆரம்பித்தான்.

சிறிது நேர மௌனத்துக்குப் பின் கடாரன், என்னுடைய ஆழ் நினைவுக்குள் பயணப்பட எண்ணினேன்' என்றான்.

'ஆழ் நினைவுக்குள்ளா?'

'தங்களுடைய ஆழ் நினைவிற்கும் இந்தச் சுனைப் பள்ளத்தாக்கிற்கும் என்ன தொடர்பு இருக்கிறது?'

'இந்தச் சுனைப் பள்ளத்தாக்கிற்கும், குறுங்காட்டிற்கும் நெருங்கிய தொடர்பு நிறைய உள்ளது. மேலும், அத்தொடர்புக்கு என்னையும் மூப்பனையும் காப்பாற்றிய இக்காட்டின் 'அதிசய விலங்கு' தான் முக்கிய காரணம்' என்றான்.

'தங்கள் உயிரும், மூப்பனின் உயிரும் ஆபத்தில் இருந்ததா?

அப்படி இங்கு என்ன நடந்தது?

அது என்ன இக்காட்டின் அதிசய விலங்கு?' என்ற அடுக்கடுக்காகக் கேள்விகளைக் கேட்டான். கருங்காலன்.

இவை அனைத்தும் கருங்காலனின் கேள்வி மட்டும் அல்ல. உடன் வருபவர்கள் அனைவரின் கேள்வியாகவும் இருந்தது.

இவற்றை உணர்ந்த கடாரன் மெல்லிய புன்முறுவலோடு, 'அது நான் உன்போல் இருக்கையில் நடந்த ஒர் ஆழமான நிகழ்வு' என்று கூற ஆரம்பித்தான்.

13

ஊர்ப் பனைப்போர்

குறுங்காட்டில் அன்று இடி மின்னலுடன் பேய் மழைப் பெய்து கொண்டிருந்தது. ஆனால், அதைக் காட்டிலும் இதுவரை யாரும் பார்த்திராத 'ஊர்ப் பனைப் போர்' தொடங்கியது.

மிகச் சிறிய படையைத் தலைமைத் தாங்கிக் கொண்டிருந்தாள் 'ஏனமுகப் பாவை' அப்படையை முழுமையாகக் கவனித்தால் பத்துப் பேர்க் கூட இருக்க மாட்டார்கள். இவற்றை உற்றுக் கூர்ந்த குறுங்காடு தளபதி ஆதிவளம்பன் ஏனமுகப் பாவையையைக் கண்டு, சற்று ஏளனமாய்ச் சிரித்தான்.

சிரிப்பில் நாட்டம் கொண்டவனுக்குப் போரின் சங்குச் சத்தம் எப்படிப் பிடிபடும்?

ஆதிவளம்பனின் அந்த அசட்டுச் சிரிப்பு முடிந்து நிமிர்ந்த கணத்தில், ஏனமுகப் பாவையின் கையிலிருந்து மின்னல் வேகத்தில் பாய்ந்த அம்பு, ஆதிவளம்பனின் இடது மார்பை நொடிப் பொழுதில் அடைந்தது.

இதைச் சற்றும் எதிர்பாராத ஆதிவளம்பன், மண்ணில் சாய்ந்தான்.

பின் நின்றிருந்த வீரர்கள் மற்றும் வண்டேரி, மண்ணில் சாய்ந்த ஆதிவளம்பனை அருகில் உறுதியுடன் கம்பீரமாக நின்று கொண்டிருந்த அரசமரத்தடியில் அமர வைத்து விட்டு, ஏற்கெனவே கடும் சண்டையைத் தொடங்கி இருந்த முன் வீரர்களுடன், இணையச் சென்றனர்.

தன்னை விட்டு முன் சென்ற வண்டேரியை அழைத்த ஆதிவளம்பன்,

'எண்ணில் அடங்கா பலத்தையும் கோபத்தையும் உடையது தான் காட்டுப்பன்றி. இந்த இனத்தில் மட்டும் தான் ஆண் மற்றும் பெண் ஆகிய இரண்டுமே வெறியுடன் எதிர்த்துப் போராடும். அவற்றின் இலக்கு வெற்றி அல்லது வீர மரணமே. அதே போல் காட்டுப் பன்றிகளை எண்ணிக்கை வைத்து என்றும் கணித்தலாகாது.

ஏனென்றால், அது ஒரு முறைத் தாக்கத் தொடங்கி விட்டால் எதைக் கண்டும் அஞ்சாமல் எதிரிகளைத் தொடர்ந்து தாக்கும். ஆகையால், என்னைப் போன்று எதிரிகளை எண்ணிக்கை மூலம் கணித்துக் குறைத்து மதிப்பிடாமல், முன் சென்று அழித்தொழியுங்கள்' என்றான்.

காட்டுப்பன்றி

தன் தளபதியை இந்த நிலைக்குத் தள்ளிய அந்தப் படையை ஒன்றும் இல்லாமல் நொறுக்கி அனுப்ப, கடும் வீரியத்துடன் முன் சென்றனர், வீரர்கள். குறுங்காடு வீரர்களின்

வீரியமான முன் சென்று தாக்குதல் முறை, எதிரிப் படையைச் சற்று நிலைகுலைய வைத்தது.

நிலைமையை வெகு விரைவில் உணர்ந்த ஏனமுகப்பாவை 'உராய்வுப்போர்' யுக்தியைக் கையாள, படையினருக்கு உத்தரவிட்டாள். கருமேகங்கள் சூழ்ந்து மழையின் வேகம் கூடியது தான் ஏனமுகப் பாவையின் இந்த யுக்திக்குக் காரணம்.

உராய்வுப் போர் முறை என்பது எதிரியைத் தொய்வுறச் செய்து தோற்கடிக்கும் ஒரு போர் யுக்தி.

எதிரிகள் இரண்டு குழுக்களாகப் பிரிந்து, போர் இல்லாத இரண்டு எதிர்த்திசையில் செல்வதை நோக்கிய குறுங்காடு வீரர்கள் முன் செல்லாமல், இருக்கும் திசையில் அப்படியே இருந்தனர். ஏனெனில், அது வண்டேரியின் கட்டளை. ஆதிவளம்பன் படையில் இல்லாததால் படைக்குத் தலைமைத் தாங்கி நின்று கொண்டிருந்தான், வண்டேரி.

வண்டேரிக்கு எதிரியின் உராய்வுத் தாக்குதல் யுக்தி நன்றாகவே புலப்பட்டது. ஆகையால் தான் வீரர்களை எதிரிப் படைகளைப் பின் தொடர்ந்து தொய்வாகச் செல்லாமல், இருக்கும் திசையிலேயே அப்படியே இருக்கச் சொன்னான்.

ஆயினும், வண்டேரிக்கு எதிரிப்படை ஏன் இரு குழுக்களாகப் பிரிந்து எதிர்த்திசையில் சென்றனர் என்பது மட்டும் புரியாமல் இருந்தது.

வண்டேரி அந்தச் சிந்தனையில் ஆழ்ந்திருந்த நேரத்தில், 'போரில் சிந்திப்பதற்கு நேரம் அன்று' என்ற குரல் கேட்டுக் கொண்டு இருக்கும் போதே, இருபது அம்புகள், முன்னின்ற இருபது குறுங்காடு வீரர்கள் மீது கண நொடியில் இறங்கியது.

நூலிழையில் தப்பித்த வண்டேரிக்கு அப்போது தான் புரிந்தது, எதிரிகள் உராய்வுப் போர் யுக்தியைக் கையாளவில்லையென்று மாறாக, 'இருமுனைச் சுற்றுதல்' முறையைக் கையாண்டு உள்ளனர் என்று.

இருமுனைச் சுற்றுதல் என்பது எதிரியின் இரு துருவ முனைகளையும் சுற்றி, எதிரிகளைத் தாக்கிக் கையகப்படுத்துவதாகும்.

இருமுனைச் சுற்றுதல் முறையைத் தம் படை அழிந்த பின் உணர்ந்த வண்டேரிக்குப் 'போரின் போது எதிரியின் தாக்குதலை அறிவதற்குச் செலுத்தும் நேரத்தைக் காட்டிலும் நம் படையைத் தயார்ச் செய்வதிலும் அதனினும் முக்கியமாக நம்மைச் சுற்றி நடக்கும் சூழ்நிலையை அறிவதிலும் தான் வெற்றியின் பங்கு உள்ளது' என்ற கடாரனின் வார்த்தைகள் நினைவுக்கு வந்தன.

கடாரன் கூறியது போல், எதிரியின் உராய்வுப் போர் யுக்தியை அறிந்த வண்டேரிக்கு, மழையின் வேகத்தோடு, காற்றின் வேகமும் கூடியதை அறியத் தவறியது தான் இந்த நிலைக்குக் காரணமென்றும், எதிரிப்படையின் ஆதிக்கத்துக்கு ஏனைமுகப் பாவையின் சூழ் அறிந்து யுக்தியை மாற்றித் தாக்கியதே காரணமாகவும் இருந்தது.

தற்போது இருக்கும் நிலைக்கு நாம் தான் பொறுப்பு என்றுணர்ந்த வண்டேரி, எஞ்சியிருக்கும் நம் உயிர்க் கொண்டு எப்படியாவது எதிரிப்படையை அழித்திட வேண்டும் என்ற உறுதியோடு இருந்தான்.

வண்டேரியின் உறுதிக்கு வலுசேர்க்கும் விதமாகக் கார்மேகம் மேலும் சூழ்ந்து மழையின் வேகம் கடுமையாகக் கூடி, கடும் இருளானது குறுங்காடு.

வண்டேரிக்குத் தன் அருகில் நிரம்பி ஓடிக் கொண்டிருக்கும் வால்வாய் குளமே சிறிது நொடிக்குப் பின் தான் தட்டுப்பட்டது.

வால்வாய் குளம் நிரம்பி இருளில் தென்படாமல் இருப்பதைக் கண்டு மகிழ்ந்த வண்டேரி, குளத்தில் குதித்து மூழ்கினான்.

'ஆம்பல் கொடி' மற்றும் சிறு மூங்கிலின் துளை மூலம் காற்றைச் சுவாசித்துக் கொண்டு, மறைந்து மறைந்து சமயமான நேரத்திற்காகக் காத்திருந்த வண்டேரியின் கண்ணில், நீண்ட நேரத்துக்குப் பிறகு தென்பட்டாள், ஏனமுகப் பாவை.

வண்டேரியைத் தேடி நீண்ட நேர ஓடுதலால் களைப்புற்ற ஏனமுகப் பாவை, வால்வாய் குளத்தின் அருகில் உள்ள வேங்கை மரத்தில் சாய்ந்தாள்.

அடர்மையான இருளில் இடித்த இடியின் ஒலியோடு வந்த மின்னலின் ஒளியில் வண்டேரியின் முகத்தைக் கூர்ந்தாள் ஏனமுகப் பாவை.

அந்த மின்னலின் ஒளி முடியும் முன்னே ஏனைமுகப்பாவை, வண்டேரியின் அம்புக்கு முடிந்து போயிருந்தாள்.

தலைவியின் வீழ்ச்சி கண்ட படையினர், எஞ்சி உள்ள வண்டேரியைப் பழி தீர்க்க அனைவரும் குளத்தின் பக்கம் சென்றனர்.

கொக்கு போன்று இத்தருணத்துக்காகவே வெகு நேரம் காத்திருந்த வண்டேரி, குளத்தின் நீரைக்கேடயமாகப் பயன்படுத்திக் கொண்டு இடுப்பில் இருந்த அம்புகளைக் காற்றின் விசைக்கேற்ப துல்லியமாக எய்தான்.

குறுங்காடு வில் அம்பு, முதன்மை வீரனின் குறி தவறுமா என்ன?

ஏழு அம்புகளையும் சரியாக எதிரிப் படைகளின் மீது எய்து, அனைவரையும் மண்ணில் சாய்த்த பின், குளத்திலிருந்து வெளிவந்தான் வண்டேரி.

வெறும் எட்டுப் பேர்க் கொண்ட பெண் படை, இருபத்தி இரண்டு பேர்க் கொண்ட கடப்பாரைப் படையை ஊசலாட வைத்ததை எண்ணி வெம்பினான் வண்டேரி.

இருப்பினும் வண்டேரிக்கு ஏனமுகப்பாவையின் மீது இல்லாத கோபம் இரண்டு குழுக்களாய் பிரிந்து சென்ற போது இரண்டாவது குழுவைத் தலைமைத் தாங்கிச் சென்றவள் மீது இருந்தது.

அவள் மீது அம்பு எறியும் முன் 'போரில் சிந்தித்தல் அவசியம்' என்று சொல்லி, அம்பு எறிய முடியாமல் போனதை எண்ணிக் கவலையுற்றவன், அவள் முகத்தையாவது பார்க்க வேண்டும் என்று கீழ்க் குனிந்தான்.

குனிந்தவனுக்கு அங்குத் தான் ஒரு பெரிய அதிர்ச்சி காத்திருந்தது! காரணம், கீழே விழுந்து கிடந்தது ஆறு பேர் மட்டும் தான்.

அந்த அதிர்ச்சியில் இருந்து வெளி வருவதற்கு முன்பே குனிந்தவன் தலையில் உள்ள மயிரை உரசிக் கொண்டு சென்றது, இரண்டாவது குழுவின்

தலைவி 'காளி'யின் அம்பு.

நடப்பது அறியாது குழம்பிய வண்டேரி, கணநொடியில் அருகில் இருந்த மரத்தின் பின் மறைந்தான். நூலிழையில் தப்பித்த வண்டேரியைக் கொல்ல முன் நகர்ந்தாள், 'காளி'

காளியின் வேகம் அளவற்று இருந்தது.

காளி தன்னை நோக்கி வருவதை உணர்ந்த வண்டேரி, தன் வில்லின் நாணை இழுத்துப் பிடித்தான். வேகம் கொண்ட காளியின் கால்கள், சுற்றி இருக்கும் காற்றின் வேகத்தையும், மரத்தின் நிலையையும் காண மறுத்தது.

வண்டேரியை நோக்கி மட்டும் முன் நகர்ந்த காளியை நோக்கி, வாகை மரம் சாயத் தொடங்கியது.

'வண்டேரி, மரத்தை விட்டுக் காளியை நோக்கிப் பாய்ந்தான். காளியின் கையிலிருந்த அம்பு, வண்டேரியை நோக்கிப் பாய்ந்தது.

காளியை வலப்புறம் தள்ளிய வண்டேரியின் மார்பில் காளியின் அம்பு நங்கூரம் போல் இறங்கியது.

கீழே விழுந்த காளியின் மிக அருகில், வாகை மரம் நொறுங்கி உடைந்து விழுந்தது. வண்டேரி சில நொடிகள் தாமதித்து இருந்தாலும் காளியால் இந்நொடி சிந்தனையில் ஆழ்ந்திருக்க முடியாது. காளியின் அம்பைப் பாலமாய் வாங்கிய வண்டேரி, உடைந்து விழுந்த மரத்தின் அருகில் சாய்ந்து கிடந்தான்.

வண்டேரிக்குக் காளியை மரத்திலிருந்து காக்கத் தள்ளிய போது தான், காளியின் வலது கையில் முழுவதுமாகச் சுற்றப்பட்ட பனையின் வேரினை அறிந்தான்.

தன் அம்பு, காளியைத் துளைக்காததிற்கான காரணத்தை இப்போது முழுவதுமாக உணர்ந்து கொண்ட வண்டேரி, காளியின் வேகம் மற்றும் தடுத்தறிதல் திறனைக் கண்டு வியந்து மயங்கினான்.

நீண்ட நேர அதிர்ச்சிக்குப் பின், காளிக்கு அவள் அருகில் விழுந்து கிடந்த வாகை மரத்திலிருந்து வாகை மலர்ச் சூட்டப்பட்டது.

"வெற்றி வாகைச் சூடினாள் காளி"

அன்று தான் எங்கள் காதல் மலர்ந்தது.

அன்று மலர்ந்தது, இன்று வரை மணந்து கொண்டுதான் இருக்கிறது என்று தன் காதல் கதையை 'நிலவேனில்'லுக்குக் கூறி முடித்தாள் காளி.

குறுங்காட்டில் எவரும் மறக்க இயலாத இந்த ஊர்ப் பனைப் போர் மற்றும் இவ்வழகிய காதல் சந்திப்பைத் தவற விட்டதை எண்ணி வருந்தினாள், நிலவேனில்.

இந்த ஊர்ப்பனைப் போரைக் காட்டிலும் அன்றைய தினத்தில் மிகுந்த சிறப்புமிக்கது கருங்காலனின் 'முதல் அழுகை மற்றும் சிரிப்பு' என்று,

நிலவேனிலின் வருத்தத்துக்கு முற்றுப்புள்ளி வைத்தாள் காளி.

காளியும், நிலவேனிலும் பேசிக்கொண்டிருந்த ஊர்ப்பனைப்போர் மூலம் இழுக்கப்பட்டுக் கேட்டு வந்த நெடுங்காடு அழைப்பனின் மகள் 'மகிழி'க்குப் போரின் இறுதி மட்டும் சரியாகப் பிடிபடாமல் சற்றுக் குழம்பிப் போயிருந்தாள்.

அக்குழப்பத்தை நீக்கக் காளியிடம் சென்ற மகிழி,

'அதான் உங்கள் அம்பு வண்டேரியின் மேல் ஆழமாய் இறங்கியதே, அதனின் தாக்கத்தால் தான் அவர் இறந்திருப்பாரே. பின் எப்படி அன்று மலர்ந்த காதல் இன்று வரை மணந்து கொண்டு இருக்கிறது என்கிறீர்கள்' என்றாள்.

மகிழியின் சொல்லைக் கேட்ட காளியும், நிலவேனிலும் சற்று அதிகமாகவே சிரித்தனர். அவர்களின் அந்தச் சிரிப்புக்கான காரணத்தை அறிய முடியாமல் தவித்துப் போய் நின்றாள் மகிழி.

நீண்ட நெடிய சிரிப்பிற்குப் பின் காளி, மகிழியிடம், ஊர்ப்பனைப்போர் என்பது குறுங்காடு மக்களிடையே நடக்கின்ற போர், 'ஊர்ப்பனைப்போர் மூலமாக ஒவ்வொரு காலகட்டத்திலும் அக்காலகட்டத்தின் சிறந்த போர் வீரர்கள் தேர்வு செய்யப்பட்டுத் தலைமை வீரர்களாக மாற்றப்படுவர் என்றாள்.

படைக்கு ஒரு தலைமைத்தானே இருக்க வேண்டும். ஆனால், நீங்கள் சொல்வதைப் பார்த்தால் குறுங்காடு படைக்கு நிறைய தலைமை இருக்கும் போலவே, இதனால் படையினில் குழப்பம் மற்றும் ஏற்றத்தாழ்வு உருவாகிவிடுமே என்றாள் மகிழி.

குறுங்காடு படைக்கு என்றும் ஒரே தலைமைத் தான். ஆனால், போர் நடக்கும் கால கட்டத்தைப் பொருத்துப் படைக்குத் தலைமைத் தாங்குபவர் மாறுவர்.

உனக்குப் புரியும் படியாகச் சொல்ல வேண்டுமானால் இன்று நெடுங்காடு குறுங்காட்டை, கார்க் காலத்தில் போர்ப் புரிய நேர்ந்தால் வண்டேரியும், ஏனமுகப் பாவையும் படைக்குத் தலைமைத் தாங்குவர். இதுவே, போர், குளிர்க் காலத்தில் நடந்தால் படையை ஆதிவளம்பன் மற்றும் நிலவேனில் தலைமைத் தாங்குவர். இது போல மற்ற நான்கு காலகட்டத்திற்கும் அதில் சிறந்த வீரர்கள் படைக்குத் தலைமைத் தாங்குவர் என்றாள்.

படைக்குத் தலைமை, கால கட்டத்தைப் பொருத்து மாறுமே தவிர இவையனைத்தையும் வழிநடத்திச் செல்லும் எங்கள் கடாரன் அறத்திலிருந்து மாறமாட்டார். ஆகையால், ஏற்றத்தாழ்வு என்ற பேச்சுக்கே இடம் வராது - என்ற காளியின் பதில் மகிழிக்கு வியப்பாக இருந்தது.

ஊர்ப்பனைப்போர் என்ற முறைக் குறுங்காட்டில் ஏன் உருவாகியது?

அதே போல் ஊர்ப் பனைப்போர் மூலம் படைத் தலைவர்களைத் தேர்ந்தெடுக்கும் முறையை உருவாக்கியதிற்கான காரணம் என்ன?

மேலும் இவையனைத்திலும் முக்கியமாக ஊர்ப்பனைப் போரில் பெண்கள் தனிப்படையாகப் போர்ப் புரிய என்ன காரணம்? என்று அடுக்கடுக்காய் அடுத்த கேள்விகளை முன் வைத்தாள் மகிழி.

ஊர்ப்பனைப்போர் என்பது குறுங்காட்டில் தொன்மைத் தொட்டே இருந்து வந்த வழக்கம். அதை ஒரு விளையாட்டாகக் கூட எங்கள் முன்னோர்கள் பயன்படுத்தி இருக்கலாம் என்று நான் நினைக்கிறேன். ஆனால், ஊர்ப்பனைப்போரின் முக்கியத்துவத்தை அதிகப்படுத்தி அதன் மூலம் படைத் தலைவர்களைத் தேர்ந்தெடுக்கும் முறையை உருவாக்கியது மற்றும் பெண்களைத் தனிப்படையாகப் போர்ப் புரிய வைத்தது போன்றவற்றை, கடாரன் தான் உருவாக்கினார்' என்றாள்.

மேலும் தொடர்ந்த காளி, 'கடாரன் ஊர்ப்பனைப்போர் மூலம் படைத் தலைவர்களைத் தேர்ந்தெடுக்கும் முறையை உருவாக்கியத்திற்கு முக்கியமான காரணமாய் தனித்திறன் அறிதல் இருந்தது' என்றாள்.

தனித்திறன் அறிதலா?

ஆம், ஒவ்வொரு வீரருக்கும் ஒவ்வொரு தனித்திறன் கண்டிப்பாக இருக்கும். அத்தனித்திறனைக் கண்டறிந்து அதை மேலும் வளர்த்தால், அவர் அசைக்க முடியாத வீரனாய் அத்திறனில் வளர்ந்துவிடுவார் என்பது கடாரனின் ஆழமான நம்பிக்கை.

இம்முறையைக் கடாரன் கையாண்டதற்கு நிரந்தரம் என்பது படைத்தலைவருக்குக் கிடையாது என்பதை உணர்த்துவதற்கும் - என்றாள்.

நிரந்தரம் என்பதில்லை என்று ஏன் உணர்த்த வேண்டும்?

எங்கு நிரந்தரம் வருகிறதோ அங்கு வளர்ச்சியும் முயற்சியும் குறைந்துவிடும்.

மேலும், நிரந்தரம் என்பது படைத்தலைவருக்குக் கிடையாது. ஏனெனில், ஊர்ப் பனைப்போர் என்பது ஒவ்வொரு காலச் சுழற்சியிலும் ஒரு காலம் சார்ந்து நடத்தப்படும். அதாவது, இந்தக் காலச் சுழற்சியில் ஊர்ப் பனைப் போர், கார்க் காலத்தில் நடந்தால் அடுத்த கால சுழற்சியில் கார்க் காலத்தில் நடத்தப்படாது, மாறாக, மீதம் இருக்கும் ஐந்து காலத்தில் ஏதாவது ஒரு காலத்தில் நடக்கும்.

நிரந்தரப் படைத்தலைவர் இல்லை என்று சொன்னதற்குக் காரணம், இந்தக் கார்க் கால ஊர்ப்பனைப்போரில் ஒருவர் வெற்றிப் பெற்றால் அவர் அடுத்த கார்கால ஊர்ப்பனைப்போர் வரும் வரைத் தான் தலைவராக இருப்பார். அதன்பிறகு அவர் அடுத்துவரும் ஊர்ப்பனைப்போரில் சிறப்பாகச் செயல்பட்டு வெற்றிப் பெற்றால் மட்டும் தான் மீண்டும் படைத் தலைவராக வர முடியும்.

இல்லையேல் புதிதாய் ஒருவர் வருவார்.

இச்சுழற்சி முறையைக் கடாரன் கொண்டு வந்ததற்கு முக்கியக் காரணம், 'அறிவும் பலமும் திறனும் வளர்ந்து கொண்டே இருக்கும்.

அது என்றும் அப்படியே தேங்கி நிற்காது' என்பதால்.

மேலும் ஒரு போரில் பலத்தைக் காட்டிலும் மிக முக்கிய பங்கு வகிப்பது சூழ் அறிதல் தான். சூழ் அறிந்து அதற்கு ஏற்றாற்போல் நம் யுக்திகளையும் நம்மையும் மாற்றிக் கொண்டால் வெற்றியின் பங்கு நம்மைச் சார்ந்ததாகிவிடும். அச்சூழ் அறிதலில் ஆண்களைக் காட்டிலும் பெண்கள் மிகவும் திறன் கொண்டவர்கள் என்று மலை அளவு நம்பினான் கடாரன்.

ஆகையால் தான், பெண்கள் தனிப்படை அமைத்துப் போர்ப் புரிய காரணம் என்றாள் காளி. பெண்களின் சூழ் அறிதல் திறனை மிக நுட்பமாக அறிந்திருக்கும் கடாரனின் எண்ணத்தை நினைத்து, மீண்டும் வியப்புற்றாள் மகிழி.

அப்படியென்றால் ஊர்ப்பனைப்போரில் பயன்படுத்த பட்ட அம்புகள் அனைத்தும் மெய்யற்றதா?

இல்லை, ஊர்ப்பனைப்போரில் பயன்படுத்தப்படும் அம்பின் வடிவம் முற்றிலும் வேறுபட்டு இருக்கும். ஆனால், அதனின் தாக்கம் சாதாரண அம்பைக் காட்டிலும் அதிகமாய் இருக்கும்.

ஊர்ப் பனைப் போரில் பயன்படுத்தப்படும் அம்பின் முகப்பு கூர்மையாக இல்லாமல் வட்டமான தட்டையாக இருக்கும். அந்த வட்டமான தட்டையில் எட்டி மற்றும் நங்கை மூலிகையால் பின்னப்பட்ட முள் மூன்று பதிந்திருக்கும்.

அம்பை எவ்வளவு வேகமாக எய்தாலும் அந்த முள் மூன்று மட்டும் தான் உடலில் இறங்கும்.

எட்டி மற்றும் நங்கை மூலிகையால் திரித்த முள் உடலில் இறங்கியதும், மயக்கத்தை ஏற்படுத்தும். இந்த மயக்கமானது ஒரு பகல் நீடிக்கும். ஒரு பகல் முடிந்து எழும்பியவர்களுக்கு எங்கள் மூவார்கள் மூலிகைக் குடிநீர் அளிப்பர் என்றாள்.

ஒரு பகல் மயக்கம் நீடிக்குமா? இம்முறை ஆபத்தானது போன்று இல்லையா? ஏன் இப்படி ஓர் அம்பு?

மூவார்கள் இருக்கும் போது ஆபத்தா?

அப்படி ஒரு நிலைக் குறுங்காட்டில் இல்லை; இருக்கப் போவதும் இல்லை. மேலும், இவ்வம்பு பயன்படுத்துவதற்குப் போரின் உண்மைத் தன்மையை அதிகப்படுத்துவதே முக்கிய நோக்கம். எக்காரணம் கொண்டும் இதை ஒரு விளையாட்டாக எவரும் எடுத்துக் கொள்ளக் கூடாது என்பதற்காகத்தான் இவ்வம்பை எங்கள் மூவார்கள் வடிவமைத்தோர்கள்.

வலியின் வேகம் அதிகம் இருக்கும் என்று தோன்றும் போது தான், கூர்மையின் நோக்கம் கூர்ந்து இருக்கும் என்பதைத் தெளிவாக அறிந்து கொண்டாள் மகிழி.

ஒரு வழியாக மகிழியின் அனைத்துக் குழப்பங்களும் தீர்ந்தது.

இதுவரை ஆமை வேகத்தில் பேசிக் கொண்டு நடந்து வந்து கொண்டிருந்த நிலவேனில், காளி மற்றும் மகிழி மூவரும் வேகம் கொண்டு மூப்பனையும் அழைப்பனையும் பின் தள்ளி முன் சென்றனர்.

இவர்களின் வேகத்தைக் கண்ட மூப்பன் அழைப்பனிடம், காதல் ரகசியத்தைப் பேச எவ்வளவு வேகமாகச் செல்கிறார்கள் பார்த்தீர்களா' என்றார்.

அவர்கள் காதல் பற்றிப் பேசப் போகிறார்கள் என்பதைத் தாங்கள் எப்படி அறிந்தீர்கள்? என்று கேள்வியைக் கேட்டு முடிக்கும் முன்னே, மூப்பனின் கை, அழைப்பனின் பின் தலையைப் பதம் பார்த்தது.

வலி தாளாமல் பின் தலையைத் தடவிக் கொண்டே, முன் வந்தவனிடம் கவனம் இங்கு இருக்க வேண்டும் என்ற பிறகு, நம்மைத் தாண்டி அவர்கள் போகும்போது, நிலவேனிலின் முகம் வெட்கத்தில் பூத்திருந்ததை உன் கண்கள் காணவில்லையா? மேலும் அவர்களின் வேகம் கொண்ட தனிமைத் தேடலே ரகசியம் பேசப் போகிறார்கள் என்பதை உணர்த்துகிறது - என்றான்.

இவ்வளவு துல்லியமாக மூப்பன் கூறுகிறார் என்றால், அவன் காலத்தில் எத்தனைப் போராட உரையாடி இருப்பானோ? எத்தனைப் பெண்களைக் காதலித்து இருப்பானோ! என்று எண்ணியபடியே மூப்பனின் சொல்லுக்குத் தலையசைத்தான் அழைப்பன்.

14

கடாரனின் ஆழமான நிகழ்வு

குறுங்காட்டில் அது ஒரு கடும் வறட்சிக் காலம். மக்களுக்கு உணவுத் தட்டுப்பாடு அதிகம் இருந்தது. வேட்டைக்கு எங்குச் சென்றாலும் சிறு உயிரினங்களே அகப்பட்டது.

ஆகையால், தந்தை 'கரும்பாவேல்' மூப்பன் மற்றும் என்னை அழைத்துக் கொண்டு இந்தப் பாதையில் நீண்ட வேட்டைக்கு வந்தார்.

நாங்கள் இங்கு வேட்டைக்கு வந்த நேரம் அடர் மழை இறங்கத் தொடங்கியது. மேலும் மழையின் வேகம் கூடிக்கொண்டே இருந்ததால் அதிலிருந்து ஒதுங்குவதற்குப் பாறை குகையைத் தேடினோம்.

நீண்ட நேரத் தேடுதலுக்குப் பின் தொலைவில் திறந்த குகைத் தென்பட்டது. வெகுவிரைவில் மழையிலிருந்து தப்பிக்க அந்தக் குகையை அடைந்தோம்.

இரவு முழுவதும் அதிகத் தாக்கத்துடன் பெய்த மழை, காலையில் தான் சிறிது வெறித்தது.

மழையின் தாக்கத்தால் காடு, குளம் போல் காட்சியளித்தது. மேலும், வெகுநாள் கழித்து பெய்த மழையால், வறண்டு கிடந்த அனைத்து மரங்களும் பச்சைப் பசேல் எனக் காட்சியளித்தது.

இவையனைத்தும் வரும் வழியில், குறித்த பாதை மார்க்கத்தை மறைத்து அழித்திருந்தது. இதனால் வந்த பாதையைக் கணிப்பதற்குக் கடும் சிரமமாய் இருந்தது.

இருப்பினும், இவற்றைப் பொருட்படுத்தாது தந்தைக் கரும்பாவேல், இறக்கப்பாதையை மையம் கொண்டு நடக்கத் தொடங்கினார். நடக்கத் தொடங்கிய சிறிது நேரத்திலேயே தந்தை, தவறான பாதையில் வந்து விட்டோம்

என்பதை உணர்ந்து விட்டார். அதை அவரின் வேகமே எங்களுக்கு உணர்த்தியது.

சிறிது நேரம் கழித்து எங்களிடம், 'நாம் வழி மாறி நாகன் திட்டில் பயணித்துக் கொண்டிருக்கிறோம்.

மூவார்கள் இல்லாமல் நாகன் திட்டில் பயணிப்பது மரணத்தைத் தேடி செல்வதற்குச் சமம். ஏனெனில் இக்காட்டில் எத்தனை வகைப் பாம்புகள் உள்ளதோ அனைத்தும் இங்கு இருக்கும். ஆகையால் வெகு கவனத்தோடு மிக விரைவாக என் பின்னால் வாருங்கள்' எனக் கூறி மேலும் வேகமாய் முன் சென்றார்.

எதைக் கண்டும் அஞ்சாது முன் செல்லும் தந்தையே எச்சரிக்கைச் செய்ததால், மிகுந்த கவனத்தோடு வேகமாய்ப் பின் சென்றோம், மூப்பனும் நானும்.

வேகமாய் முன் நடந்து கொண்டிருந்த கரும்பாவேல் திடிரென்று அசையாமல் அப்படியே நின்றார். அதைக் கண்டு நானும் மூப்பனும் சிறிது தூரத்துக்குப் பின்னால் நின்று கொண்டு இருந்தோம். அசையாமல் நின்று கொண்டிருந்த தந்தைக் கரும்பாவேலின் கையிலிருந்து மின்னல் வேகத்தில் ஆள் ஈட்டி பாய்ந்தது.

கரும்பாவேலின் ஆள் ஈட்டி சரியாகப் பச்சை விரியனின் தலையில் இறங்கியிருந்தது. அதைக் கண்ட என் கண்களை நம்ப முடியவில்லை. ஏனெனில், கண்டது காட்டில், அதி விஷம் கொண்ட பச்சை விரியனை.

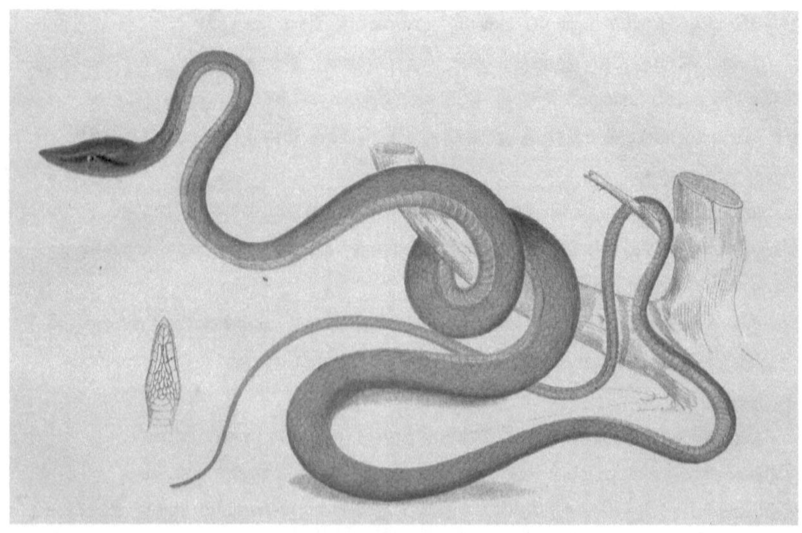

பச்சை விரியன்

மூப்பன் மற்றும் என்னை நோக்கித் திரும்பிய கரும்பாவேல், கண நொடியில் முன் நின்றிருந்த மூப்பனைத் தள்ளினார். தள்ளிய வேகத்தில் கீழே விழுந்த மூப்பனின் கால் அருகில் சென்றது, மற்றொரு பச்சை விரியன்.

அத்தருணத்தில் தான் நாங்கள் அனைவரும் அதி விஷம் கொண்ட பச்சை விரியன் எங்களைச் சுற்றிலும் சூழ்ந்து விட்டது என்பதை உணர்ந்தோம்.

மரணம் நிச்சயிக்கப்பட்டாலும் இறுதி வரைச் சுருள் வேல் கொண்டு போராடி, எப்படியாவது விரியன்களை அழித்து, இறுதியில் குறுங்காடு செல்ல வேண்டும் என்ற எண்ணம் எங்கள் அனைவரிடமும் தலைத் தூக்கி இருந்தது. அந்த எண்ணமே எங்களை அச்சூழ்நிலையில் வீரத்துடன் இருக்க உறுதியாய் இருந்தது.

சுற்றிக் கிட்டத்தட்ட எட்டுப் பச்சை விரியன்கள் சூழ்ந்து இருந்தது. அனைத்தும் கடும் வேகம் கொண்டு தாக்க முன் வந்து கொண்டு இருந்தது. விரியன்கள் முன்னால் வரத் தொடங்கிய நொடியில், எங்கள் கையில் இருந்த சுருள் வேல் பாயத் தொடங்கியது.

கரும்பாவேல் மற்றும் மூப்பனின் சுருள் வேலில் நான்கு விரியன்கள் தெறித்துச் சிதறியது. மீதம் உள்ள நான்கு விரியன்களை அழித்தொழிக்க என்னுடைய சுருள் வேல், காற்றைக் கிழித்துக் கொண்டு பாய்ந்தது.

இருப்பினும் சுருள் வேலின் திசையில் உள்ள சிறு மாற்றம் விரியன்களை எத்தடையுமின்றி முன் வர வழிவகுத்தது.

தரையில் ஆழ்ந்து இறங்கியிருந்த சுருள் வேலைச் சுற்றி முன் வந்து கொண்டு இருந்தது விரியன்கள்.

முன் வந்து கொண்டிருந்த விரியன்களை அழிக்கக் கையில் வேறு எந்த ஆயுதமும் இல்லாததால்,என்ன செய்வதென்று அனைவரும் சிந்தித்துக் கொண்டிருக்கையில், அருகில் இருந்த பொந்து வழியாக மேலே வந்தது ஒரு விலங்கு.

அதனின் உருவம் கீரி போன்று இருந்தது.

பொந்திலிருந்து வெளி வந்த அந்த விலங்கு, வந்த நொடியில் சூழ்ந்திருந்த விரியன்களைத் தாக்கி எறிந்து கொன்றது.

மேலும், முன் வந்த மற்ற விரியன்களைத் தலையில் அடித்தே கொன்றது.

சிறிது நேரத்தில் அனைத்து விரியன்களையும் கொன்று விட்டு அதனுடைய பொந்திற்கே சென்றது.

என் கண்களும், மூப்பனின் கண்களும் அசைவற்று இருந்தது. காரணம், கணநொடியில் எங்களைக் காப்பாற்றிய அந்த விலங்கு, விரியன்களை அடித்துக்

கொல்லும் போது பலமுறை விரியன்களிடமிருந்து கடி வாங்கியது. இருப்பினும் அவ்விலங்கு மாயாமல் மாறாக விரியன்களைக் கொன்றது.

விரியனின் முழுக் கடிவிஷம் மனிதனை நிமிடத்தில் கொன்று விடும்.

ஆனால் இவ்விலங்கோ எறும்புக்கடி போன்று அதைத் தட்டி விட்டுச் சென்றது, எப்படி?

முதலில் இது என்ன வகையான விலங்கு? என எண்ணிக் கொண்டு இருக்கையில், தந்தையின் அந்த வார்த்தை அசைவற்று இருந்த எங்கள் கண்களை அசைய வைத்தது.

கரும்பாவேல், இதுதான் 'தேன் வலைக் கரடி' என்றார்.

தேன் வலைக் கரடி

அந்த வார்த்தையே எங்களை மீண்டும் கேட்கத் தூண்டியது.

ஆம்! இது தான் 'தேன் வலைக் கரடி' காட்டிலே வாழும் உயிரினங்களில் எந்த உயிரினத்துக்கும் அஞ்சாத ஒரு விலங்கு'. எதிர்த்துச் சண்டையிடுவது சிங்கமாய் இருந்தாலும் அதைக் கண்டு அஞ்சாது எதிர்த்து நின்று சண்டைச் செய்யும், ஓர் அதிசய விலங்கு.

அதனுடைய உருவத்தைப் பார்த்தீர்கள் அல்லவா! எவ்வளவு சிறிதாய் இருந்தது. இருப்பினும், அதனின் உருவத்துக்கும் அது செய்யும் செயலுக்கும் துளிக் கூடச் சம்பந்தம் இருக்காது.

அதற்கு உதாரணமாய் நெடு உயரம் கொண்ட, மிகவும் மூர்க்கத்தனமான காட்டு எருமைகளையே அது நினைத்தால் கொல்லும். அதுபோல எதைக் கண்டும் அஞ்சிப் பின் வாங்காது.

எவ்வளவு பெரிய கொடூர விலங்காய் இருந்தாலும் சரி ஒரு முறை முடிவு செய்து விட்டால், அஞ்சாது முன் சென்று தூக்கியழிக்கும் - என்ற கரும்பாவேலின் வார்த்தைகளைக் கேட்ட ஆதிவளம்பன், 'வாழ்ந்தால் இதைப் போன்று தான் வாழ வேண்டும். இல்லையேல் செத்து மடிய வேண்டும் என்றுதான் எனக்கு இந்தத் தேன் வலைக் கரடியின் செயல்கள் உணர்த்துகிறது' - என்றான்.

மேலும் தொடர்ந்த கரும்பாவேல், 'இந்தத் தேன் வலைக் கரடி பற்றி நம் முன்னோர்கள் சித்திரம் வரைந்து வைத்து இருப்பதாகக் கூறியவர், இவ்விலங்கைக் காண்பதே மிகவும் அதிசயம், மற்றும், அதிர்ஷ்டம்' என்றவர்,

அதோடு அதனின் தடித்த சதை மற்றும் கடினமான மயிரினால் அதனுள், விரியனின் விஷம் இறங்கவில்லை' என்று சொல்லிக் கொண்டே மண்ணில் சாய்ந்தார் கரும்பாவேல்.

என்ன நடக்கிறது என்றே புரியாமல் மூப்பனும், நானும் தந்தையின் அருகில் சென்றோம். அப்போது தான் மூப்பனின் கண்கள், தந்தையின் குதிக்காலில் விரியனின் ஒரு பல் தடம் மெல்லியதாகப் படர்ந்திருந்ததைக் கண்டது.

அதைக் கண்டதும் கையில் இருந்த செடிக் காப்பைக் கழற்றிக் கரும்பாவேலின் பல்லின் நடுவில் வைத்துக் கடிக்கச் செய்தான், மூப்பன்.

வேட்டைக்குச் செல்லும்போது குறுங்காடு வீரர்கள் கையில் விஷ முறிவுக் காப்பு அணிந்து செல்வர். சிறியா நங்கை இலை மற்றும் வேர்ப் பகுதிகளைச் சரியான பங்கில் எடுத்து அரைத்துப் பக்குவப்படுத்தப்பட்ட காப்புக் கயிராகும். அனைத்து விஷங்களையும் இறக்கி விடும்.

ஆயினும், மூப்பனுக்குத் தெரியும், விரியனின் விஷத்தைச் சிறிது நேரத்துக்குத் தான் இதனால் கட்டுப்படுத்த முடியுமே தவிர விஷத்தை முறியடிக்க முடியாது என்று.

இவற்றை அறிந்து மூப்பன் என்னை அழைத்து, 'அருகில் எங்கிருந்தாவது இருந்து எட்டி மரத்தின் இலையையும் பட்டையையும் எடுத்துக் கொண்டு விரைவில் வா' என்றான். மேலும், 'எட்டி மரத்தின் பட்டையை உரிக்கும்போது மிகுந்த கவனத்தோடு இரு. அது விரியனின் விஷத்தைவிட மேலானது' என்றான்.

மூப்பனின் வார்த்தைகள் முடியும் முன்பே என்னுடைய கால்கள் காற்றில் பாய்ந்து கொண்டிருந்தது.

என்னுடைய வேகத்துக்கு ஈடு கொடுக்க அன்று அந்தக் காட்டில் எந்த உயிரினமும் இல்லை. அந்த வேகத்தில் நான் பாய்ந்து கொண்டிருந்தேன்.

இருப்பினும் எட்டி, என் கண்ணில் தென்படவே இல்லை.

சற்று நீண்ட தேடுதலுக்குப்பின் கண்ட, எட்டி மரத்தை நான் அடையும் முன்னே, என்னுடைய சுருள்வேல் அடைந்து மரத்தின் பட்டையைப் பெயர்த்து எடுத்துக் கீழே விழுந்தது. கீழே விழுந்த பட்டையையும், இலையையும் எடுத்துக் கொண்டு வந்த வேகத்தைவிட வேகமாக மூப்பனை நோக்கித் திரும்பினேன்.

தந்தையை எப்படியாவது காப்பாற்றிவிட வேண்டும் என்ற எண்ணத்தைத் தவிர வேறு எந்த எண்ணமும் என்னுடைய சிந்தனையில் ஓடவில்லை.

இருப்பினும், எஞ்சிய மூப்பனின் வார்த்தைகளே என்னுடைய துக்கத்துக்கு ஆறுதலாய் இருந்தது.

கடாரனின் இந்த ஆழமான நிகழ்வு, தற்போதும் அவனின் கண்களிலிருந்து சிறிது நீரைக் கசிய வைத்தது.

கடாரனின் இந்த ஆழ்நினைவு உரையாடல் அனைவரையும் இரவு பாராது நடக்க வைத்து விட்டது.

15

ஆனைக்குடி

இரவு பாராது சுனைப்பள்ளத்தாக்குப் பாதையில் வேகமாக நடந்ததில் அனைவரும் களைப்புற்றனர். இன்னும் ஒரு பாதி பகல் மட்டும் நடந்தால் நெடுங்காடு அடைந்து விடுவோம் என்பதால், அனைவரும் சிறிது நேரம் களைப்புக்கு இளைப்பாற சுற்றி இருந்த மரத்தடியில் சாய்ந்தனர்.

'தோதகத்தி' மரத்தின் அடியில் சாய்ந்திருந்த கருங்காலன் பின் சென்ற கடாரன், எடுத்து வந்த 'இலுப்பை' எண்ணெய்யில் அருகில் இருந்த நடுகல்லில் ஒளி ஏற்றினான்.

அனைவரும் பயணக் களைப்பில் சாய்ந்திருந்தனர். ஆனால், கருங்காலனோ, அவன் சாய்ந்த, தோதகத்தி மரத்தின் பின்னால் சாய்ந்து உட்கார்ந்திருந்த கடாரனிடம்,

'தந்தையே, கரும்பாவேலுக்கு அந்த விலங்கு தான் 'தேன் வலைக் கரடி' என்பது எப்படி முன்பே தெரிந்திருந்தது?' என்றான்.

கருங்காலனின் கேள்வி, கடாரனின் செவியில் விழுந்திருக்க வாய்ப்பில்லை. ஏனெனில், கடாரனின் கண்கள் வேறு எதையோ உற்று நோக்கிக் கொண்டிருந்தது.

சட்டென்று எழும்பிய கடாரன், வேகமாக இடப்புற திசையில் ஓடத் தொடங்கினான். கடாரன் ஓடுவதைத் தொடர்ந்து களைப்பாறிக் கொண்டிருந்த அனைவரும் பின் ஓடத் தொடங்கினர்.

சற்று தூரம் முன் சென்று நின்ற கடாரன்,

'நாம் இப்போது சென்று கொண்டிருக்கும் நெடுங்காடு திசையிலிருந்து இடது புறமாக இரு மைல் தொலைவு சென்றால் அங்கு ஆனைக்குடி உள்ளது.

அங்கு உள்ளவர்களுக்கு ஏதோ அபாயம் ஏற்பட்டு இருக்கிறது' என்றான்.

அவர்களுக்கு அபாயம் ஏற்பட்டிருக்கிறது என்று எப்படிச் சொல்கிறீர்கள்? என்ற கருங்காலனின் கேள்விக்குக் கடாரனின் கைகள், வானில் சூழ்ந்துள்ள கரும்புகையினைக் காண்பித்தது.

அனைவரும் கரும்புகையினைப் பார்த்து முடிப்பதற்குள், முச்சங்கு சீழ்க்கை ஒலி கேட்டது.

முச்சங்கு சீழ்க்கை ஒலி பேராபத்தைக் குறிக்கும்.

ஆதலால், அனைவரும் சீழ்க்கை ஒலி வந்த திசை நோக்கி வேகமாய்ச் செல்லத் தொடங்கினர்.

செல்லத் தொடங்கிய சிறிது தூரத்திலேயே சீழ்க்கை ஒலி அடித்துக் கொண்டு ஆனைக்குடி வீரன் ஒருவன் பாய்ந்து வந்து கொண்டிருந்தான்.

கடாரன் மற்றும் வீரர்கள் எதிர்த்திசையில் வருவதைக் கண்ட ஆனைக்குடி வீரன், சைகையில் அவர்களைத் திரும்பி விரைந்து ஓடச் சொன்னான்.

வீரனின் ரத்தம் கசிந்த தோள்களும், உடைந்த கைகளும் அதனினும் அவன் வரும் வேகமே ஆபத்தின் தீவிரத்தை உணர்த்தியது.

அனைவரையும் பள்ளத்தை நோக்கி விரைந்து செல்லும்படி வீரனின் வார்த்தைகள் காற்றில் மிதந்த வண்ணம் இருந்தன.

அதனினும் மேலாக யானையின் பிளிறல் ஒலி, இடி போல முழங்கியது.

ஆபத்தின் தீவிரத்தைப் புரிந்து கொண்ட கடாரனும் வீரர்களும் சரிவை நோக்கி ஓடினர்.

ஓடிய வேகத்தில் நெடுந்து வளர்ந்து கிடந்த பனையை அடைந்தனர். அனைவரின் கால்களும் பனையின் உச்சியில் இருந்தது. ஆனைக்குடி வீரன் பனைக் கூட்டத்தின் நடுவே பதுங்கி இருந்தான். கடாரனுக்கு என்ன நடக்கிறது என்று புரியவில்லை. ஆயினும், அவன் மனதில் சிறு ஐயம் இருந்தது. அந்த ஐயத்துக்கான காரணம், 'இடி போல் முழங்கிய யானையின் பிளிறலே'.

இப்படியொரு பிளிறலை எவ்வித யானைக் கூட்டத்தில் இருந்தும் கேட்டதில்லையெனக் கடாரன் எண்ணிக்கொண்டு இருக்கையில், அதிகப் பலம் கொண்ட ஒரு யானை, இடது புறமாகத் திரும்பிப், பார்த்ததையெல்லாம் அடித்து நொறுக்கிக் கொண்டு சென்று இருந்தது. அதனின் அதீதப் பலத்தை உடைந்து கிடந்த வலுவான தென்னை மரமே சொன்னது.

யானை இடது புறத்தை நோக்கிச் சென்றதும் வீரன் கண நொடிக் கூடத் தாமதிக்காமல், ஆனைக்குடியை நோக்கி ஓடத் தொடங்கினான். அவனின் அந்தச் செயலே அனைவரையும் பயத்தில் ஆழ்த்தியது.

மதங்கொண்ட யானை

பனையிலிருந்து இறங்கிய வேகத்தில் வீரனை மறித்தான், ஆதிவளம்பன்.

'கை உடைந்து ரத்தம் கசிந்து கொண்டிருந்தும் எங்கு இவ்வளவு வேகமாகச் செல்கிறீர்கள்?' என்றான் வண்டேரி.

வண்டேரியின் கேள்விக்கு அங்கிருந்து நகர்ந்து கொண்டே நடந்ததைக் கூற ஆரம்பித்தான், ஆனைக்குடி வீரன்.

16

தேனர்களின் தேனூற்று

மேற்குத் தொடர்ச்சி மலைகளே அழகுதான். அந்த அழகைப் பேரழகாய் மாற்றுவது தான் தேனூற்று. எங்கு அழகு கொட்டி உள்ளதோ அங்குத் தான் ஆபத்தும் அதிகம் இருக்கும் என்பது போல், அவ்வழகான தேனூற்றை அவ்வளவு எளிதாக யாராலும் சென்று வர முடியாது. காரணம், பாதைகளே இல்லாப் பாதைகளும் எண்ணில் அடங்காத தேனீக்களும் தான். ஆனால் இது தேனீக்களோடு நித்தமும் விளையாடிக் கொண்டிருக்கும் தேனர்களுக்கு அன்று.

தேனூற்று

தேனர்கள் தேனருவிக்கு அருகில் உள்ள தேனூற்றில் அவர்களை அறிந்த பழங்குடி மக்கள் கடும் பொறாமைப்படும் பொருட்டு, மிகவும் ரம்மியமாகப் பூத்துக் குலுங்கும் பல்வேறு மலர்களின் வாசனையோடு அளவாகக் கொட்டும் பால் போன்ற தேனருவியைச் சூழ்ந்து இருக்கும் மேகக் கூட்டங்களோடு மகிழ்ச்சியாக வாழ்ந்து வந்தனர்.

அப்படிப்பட்ட தேனர்கள் இன்று அவர்கள் மகிழ்ச்சியை மேலும் அளவு கூட்டுவதற்கு ஏற்றாற் போல் அவர்களுக்குக் குறிஞ்சித்தேன் வாய்த்தது.

பல வருடங்களுக்குப் பின் குறிஞ்சித்தேன் கிடைத்ததால், அதை மிகவும் மகிழ்ச்சியோடு சுற்றி உள்ள அனைத்துக் குடிகளுக்கும் கொடுத்து வந்தனர்.

தேனர்கள் கொடுக்கும் மிகவும் மருத்துவகுணம் வாய்ந்த குறிஞ்சித் தேனுக்கு ஈடாய் ஒவ்வொரு பழங்குடியினரும் அவர்கள் குடியில் செழித்து வளர்ந்த பொருள்களைப் பரிசு ஈடாய் அளித்தனர். அப்படி அன்று பரிசாய் வாங்கிய அனைத்துப் பொருள்களையும், அவர்களின் அந்தச் சிறிய இடத்தில் அடுக்கி வைப்பதற்கே அன்றைய நாள் தேனர்களுக்குச் சென்றது.

இப்படிப்பட்ட மட்டற்ற மகிழ்ச்சியான நாள் வாழ்வில் மீண்டும் எப்போதாவது வருமா என எண்ணிக் கொண்டே தூங்கிக் கொண்டிருந்த தேனர்களை 'வேட்டைக் காடர்கள்' சூழ்ந்தனர்.

தூக்கத்தில் திளைத்த தேனர்களுக்கு வேட்டைக்காடர்கள் சூழ்ந்தது அறவே தெரியாது. இதை மையப்படுத்தித் தேனர்களின் தலைமைத் 'தேனாக்கனை' வேட்டைக் காடர்கள் முதலில் பிடித்தனர். பின் மொத்த குடியும் வலையில் வந்து சிக்கிய மீன் போல் தானாக வந்து மாட்டியது.

வேட்டைக்காடர்கள் ஐந்து பேர், தேனர்களின் இருபது பேர்க் கொண்ட மொத்த குடியையும் சூழ்ந்து கையகப்படுத்தினர். இந்த இருபது பேரைப் பிடித்து அழைத்துச் செல்லவா நாம் ஐந்து பேர். வெறும் இரண்டு பேர் வந்திருந்தால் போதுமானது என்று தேனர்க் குடியைக் கையகப்படுத்திய பின், உடன் வந்தவனிடம் கூறினான் 'அருதன்'.

அருதனின் இந்தச் சொல்லுக்குப் பின்னால் இருந்த வேட்டைக்காடர்களின் பலத்தை முன்னமே உணர்ந்து இருந்தான் தேனர்களின் தலைவன் 'தேனாக்கன்'.

தேனாக்கனுக்கு வேட்டைக்காடர்கள்தான் இம்மலைத் தொடர்களிலே காடுகளை நுட்பமாக அறிந்தவர்கள் என்றும், அதனினும் கடல் போன்ற பலத்தைக் கொண்டவர்கள் என்றும் முன்னோர்கள் சொல்லித் தெரியும். ஆனால், அவற்றை மெய்ப்பிக்கும் பொருட்டு எள் அளவு சிரமமின்றித் தேனூற்றை அடைந்து தேனர்களைக் கையகப்படுத்துவார்கள் என்று தெரியாது.

வேட்டைக்காடர்கள் அங்கு உள்ள எதையும் எடுக்காமல் தேனர்களை, பனையின் சுள்ளி வேரினால் பிணைத்து இழுத்துக் கொண்டு சென்றனர்.

தேனாக்கனுக்குக் குறிஞ்சித் தேனையும் எடுக்காமல் மலைபோல் குவிந்து கிடக்கும் மற்ற செழித்த பொருட்களையும் எடுக்காமல் நம்மைக் கையகப்படுத்திச் செல்கிறார்கள் என்றால் இவர்களின் நோக்கம் வேறேதோ மிக ஆபத்தானதாக உள்ளது. எப்பாடுபட்டாவது இதிலிருந்து தப்பிக்க வேண்டும் என்ற முனைப்போடு இருந்தான்.

தன்னாலும் மற்றும் கூட்டத்தில் அதிகம் இருக்கும் மற்ற வயது மூத்தவர்களாலும் எப்படியும் தப்பிக்க முடியாது என்று உணர்ந்த தேனாக்கன் தன் தலைமுறை அழியாமல் தழைத்து ஓங்கத் தன் மகளை எப்படியாவது இதிலிருந்து தப்பிக்க வைக்க வேண்டும் என்ற முனைப்போடு, தன் இடுப்பில் மறைத்துச் சுற்றி இருந்த முள் வேரினால் சிறிது சிறிதாகப் பனையின் சுள்ளி வேரினை அறுக்க ஆரம்பித்துத் தனக்கான சரியான நேரத்திற்காகக் காத்திருந்தான்.

நீண்ட நேரம் கரடு முரடான தேனூற்று இறக்கப் பாதையில் நடந்திருந்த கூட்டம், தற்போது பாய்ந்து ஓடும் பாலாற்றைக் கடக்க வேண்டும். இந்நேரத்துக்காகவே காத்திருந்த தேனாக்கன், சுள்ளி வேரினைக் கடும் வேகமாய் முள் வேரினால் உராய்ந்து அறுத்தான்.

சரியாக ஆற்றில் இறங்கியதும் தன் இடுப்பு முடிச்சிலிருந்து இரண்டு ராணி தேனீயை எடுத்துப் பின் வந்திருந்த வேட்டைக்காடர்கள் அருகில் எறிந்தான்.

நிலைமையை அவர்கள் உணர்வதற்குள் அவர்களின் தலையைக் காட்டுத் தேனீக்கள் கூட்டம் சுற்றி இருந்தது.

இந்நிலையைப் பயன்படுத்தித் தன் மகளின் கையில் சுற்றி இருந்த சுள்ளி வேரின் முடிப்பை வேட்டைக் காடர்களின் கூர்கத்தி கொண்டு கிழித்த தேனாக்கன் அவளைத் தேனருவி நோக்கிச் செல்லச் சைகை அசைத்துவிட்டுக் காட்டுத் தேனீக்கள் சூழ்ந்த வேட்டைக் காடர்களைக் கடந்து, பின் ஓடினான்.

கூட்டத்தின் பின்னால் இருந்த மூன்று வேட்டைக் காடர்களின் அலறல் ஒலி, காடு எங்கும் ஒலித்தது.

அதை உற்ற அருதன் அதோடு சேர்த்து அவர்கள் பின்னால் ஓடிக் கொண்டிருந்த தேனாக்கனைக் கண்டான்.

நிலைமையை வெகு விரைவில் உணர்ந்த அருதன், தன் அருகில் நின்றிருந்த மாரேயனை இந்நிலைக்கு நம்மத் தள்ளிய தேனாக்கன் கழுத்தை அறுத்துக் கொண்டு வருமாறு உத்தரவிட்டான்.

பின் கூட்டத்திலிருந்து பயம் கலையாமல் இருக்க, முன் நிலையை விட்டுத் தானே பின் சென்றவன், தேனாக்கன் அறுத்த சுள்ளி வேரினைக் கண்ட நொடியில், பின் அலறிக் கொண்டிருந்த சக வேட்டைக்காடர்களைக் காட்டுத்

தேனீக்களிடமிருந்து காக்காமல் தலையைக் கொய்து எறிந்தான், அருதன்.

அருதன் தேனாக்கனோடு சேர்த்து அவன் மகளும் தப்பித்து இருப்பதை உணர்வதற்குள் அவள் உள் நீச்சல் கொண்டு பாலாற்றைக் கடந்து தேனருவியில் குதித்திருந்தாள்.

கூட்டத்தில் இருந்து வந்த கடும் அலறல் ஓலத்தோடு தேனாக்களின் தலையை எடுத்துக்கொண்டு முன் சென்ற மாரேயன் பாலாற்றின் மறு கரையில் எறிந்தான்.

இந்நிலையில் தேனருவியிலிருந்து விழுந்தவள் உடல் எல்லாம் சேற்றுக் கறையோடு எங்குச் செல்வது என்று தெரியாமல் முழித்துக் கொண்டு, தேனருவி கரையோரம் நின்று கொண்டிருந்தாள்.

வேட்டைக்காடர்களின் ஆதிக்கம் அவளுக்குள் நெடிய அச்சத்தை ஏற்படுத்தியிருந்தது. அதுவே, அவள் மீது படர்ந்து இருந்த சேற்றைக் கூட உணர விடாமல் தடுத்தது.

இருப்பினும் அவளுக்குள் என்ன நடக்கிறது என்பதை அறியும் முன்னே எல்லாம் நடந்து முடிந்துவிட்டதே என்ற கடும் கோபம் அவளின் ஆழ் மனதில் பொங்கிக் கொண்டிருந்தது.

ஆனால், இன்று அந்தக் கோபத்தினால் எப்பயனும் இல்லை என்பதை நீண்ட நேரம் கழித்து உணர்ந்து, வேறுவழி இல்லாமல் தேனூற்றுக்கே பயணப்படத் தொடங்கினாள்.

தேனூற்றுக்குச் செல்லும் நெடிய வழியில் அவள் முன் இரண்டு வீரர்கள் நின்று கொண்டிருந்தனர்.

அவர்களைக் கண்ட நொடியிலே வேட்டைக் காடர்கள் என்பதை உணர்ந்து, அருகிலிருந்து மரத்தின் பின் மறைந்தவள் கையில், வேறு ஆயுதம் இல்லாததால் நடுக்கத்தோடு மறைந்து நின்று கொண்டிருந்தாள்.

இவ்வளவு உயரம் கொண்ட தேனருவியின் சுற்றுப்பாதையைக் கடந்தா அந்தக் குறிஞ்சித் தேனை வாங்க வேண்டும். தேனர்களிடம் குறிஞ்சித் தேன் காலியாகி விட்டதாம் என்று மூவார்களிடம் சொல்லிவிடுவோமா என்ற ஆதிவளம்பனின் சொல் கேட்டுத் தன்னுடைய நடுக்கத்தை நிறுத்திக் கொண்டாள்.

சேறு கலந்த உடம்போடு வந்தவளைக் காணவே அணங்கு போன்று இருந்தது. அதனாலேயே சிறு நடுக்கம் கொண்ட கடாரனும் அதிவளம்பனும் நடந்ததை அறிந்து மிகவும் வருந்தினர்.

அவர்களிடம் இருந்த அந்த வருத்தம் அவளிடம் இல்லை. மாறாகக் கடும் கோபம் தழைத்து இருந்தது.

இவற்றை உணர்ந்த கடாரன் பல்வேறு குடிகளை மருத்துவத் தேன் கொண்டு காத்த தேனர்களைக் காக்க ஆதிவளம்பனோடு முன் சென்றான்.

வேட்டைக்காடர்கள் பாலாற்றைக் கடந்து கடல் மட்டம் நோக்கித் தேனர்களை அழைத்துச் செல்வதை வந்தவளிடமிருந்து அறிந்து கொண்ட கடாரன், ஆதிவளம்பனைத் தென்மலை நோக்கிச் செல்லச் சொல்லிப் பச்சைமலையில் ஏறத் தொடங்கினான்.

இரு எதிர்த் துருவ மலையில் ஏறிய கடாரனும் ஆதிவளம்பனும், நீண்ட நேரம் வேட்டைக் காடர்களைத் தேடி அலைந்தனர்.

மாரேயன் முதலிலும் அருதன் இறுதியிலும் தேனர்களைப் பிணைத்துச் செல்வதை முதலில் கூர்ந்த கடாரன், பச்சை மலை உச்சி முகட்டுக்கு ஓடி, ஆதிவளம்பனின் செய்திக்காகக் காத்திருந்தான். சில நொடிகளில் கேட்ட ஆதிவளம்பனின் சீழ்க்கை ஒலி முடியும் முன்னே, தன் கையில் இழுத்துக் கொண்டிருந்த அம்பை விடுவித்தான், கடாரன்.

கடாரனின் இரண்டு அம்புகளும் மின்னல் வேகத்தில் பாய்ந்து அருதனின் நடு மார்பில் இறங்கியது.

தேனாக்கனின் மகளைப் போன்று என்ன நடக்கிறது என்பதை அறியும் முன்னரே, ஆதிவளம்பனின் இருமுனைச் சூள் அம்பும் மாரேயன் பின் தலையில் இறங்கி இருந்தது.

அருதன் மற்றும் மாரேயனை நொடியில் அழித்த கடாரனும் ஆதிவளம்பனும் தேனர்களை நோக்கி வந்தனர்.

பச்சை மலை முகட்டிலிருந்து விரைந்து இறங்கிய கடாரன், அனைவரின் சுள்ளி வேரினை அறுத்து விடுவித்தான்.

பின் கூட்டத்தில் இருந்தவர்களிடமிருந்து தேனாக்கன் குறித்த செய்தி கேட்டுக் கலக்கம் கொண்டான். தேனாக்கன் செய்தி கேட்டுக் கலக்கம் பெற்ற கடாரன், தேனர்களிடமிருந்து விடைப் பெற்று அவ்விடம் விட்டு விரைந்து நீங்கினான்.

கடாரன் அங்கிருந்த சென்ற பின் வந்த ஆதிவளம்பன், அருதனின் நடு மார்பில் இறங்கியிருந்த எட்டி மற்றும் நங்கைத் திரித்த அம்பைக் கூர்ந்து, அவனை அருகில் இருந்த மரத்தில் அவன் தேனர்களைப் பிணைத்து இழுத்து வந்த அதே பனையின் சுள்ளி வேரினாலே அவனைப் பிணைத்தான். பின் தேனர்களோடு இணைய தேனாக்கனின் மகளை அழைத்தான்.

தன் சொந்தம் அனைத்தும் வேட்டைக்காடர்களிடமிருந்து மீண்டதை உணர்ந்து மிகுந்த மகிழ்ச்சியோடு விரைந்தவளுக்குத் தன் தந்தை இறந்த செய்தி மிகுந்த வேதனையை அளித்தது. அந்த வேதனைக்கு மைய காரணமான அருதனைக் கண்டவள், கண்ட நொடியிலே வேறு எவ்விதச் சிந்தனையும் இல்லாமல் அவன் கழுத்தை அறுத்து எறிந்தாள்.

சேறோடு அதீத ரத்தமும் சேர்ந்து பார்ப்பதற்கே அணங்குகளின் தெய்வம் போன்று கொடூரமாய் நின்று கொண்டிருந்தாள் அவள்.

அவளின் கடுங்கோபத்தின் காரணத்தை அனைவரும் அறிந்ததே. இருப்பினும், அவளின் கோபத்தின் விளைவு வேட்டைக்காடர்களின் நோக்கத்தை அறிய முடியாமல் செய்தது.

அனைவரையும் தேனூற்றுக்கு அழைத்துச் சென்று கொண்டிருந்தான், ஆதிவளம்பன்.

தன் தந்தையை இறுதியாய்க் காண முடியாத துக்கத்தில் திளைத்தவளுக்கு, அவரைக் கண்டு இறுதி செய்கைச் செய்ய வேண்டும் என்று கூட்டத்திலிருந்து பிரிந்து, பாலாற்றுக் கரை நோக்கிச் சென்றாள்.

பாலாற்றுக் கரை நோக்கித் தன் தந்தையைத் தேடிச் சென்றவளுக்கு முன், மிகுந்த ஒளியோடு நடுகல்லின் அருகில் சிறிய சிவனார் வேம்பு மூலம் நெருப்பு எரிந்து கொண்டிருந்தது.

நடுகல்லைக் கண்டவளின் கண்களிலிருந்து கண்ணீர், பாலாறு போல் ஓடியது.

அவளின் அந்த அளவற்ற கண்ணீருக்குக் கடாரனின் வார்த்தைகளே ஆறுதலாய் இருந்தன.

நீண்ட நேரம் நீங்காது துவண்டு போயிருந்தவளின் அருகில் சென்ற கடாரன், 'இங்கு எவரும் நிரந்தரம் இல்லை. அனைவருக்கும் ஓர் இறுதி நாள் உண்டு. அதை உணராது நாம் எவ்வளவு கண்ணீர் வடித்தாலும் அதில் எப்பயனும் இல்லை. என் அனுபவம் பொருத்து, இறந்தவரைக் கண்டு அழுதல், எம்மாற்றத்தையும் தராது.

மேலும் அழுதல் துக்கத்திலிருந்து மீள்வதற்குப் பெரும் உதவி என்பது அடிப்படைத் தெளிவு இல்லாதது என்பது. நாம் இச்சூழ்நிலையில் துவண்டு விடாமல் அதிலிருந்து எவ்வளவு விரைவாக வெளியேறுகிறோம் என்பதைப் பொருத்துத்தான் நம் பக்குவம் உள்ளது' என்ற கடாரனின் வார்த்தைகள் அவளுக்குத் தீர்க்கமான உண்மைப் பாதையைக் காண்பித்தது.

ஆதவனின் ஒளி இறங்கி அந்தி சாய்ந்து கொண்டிருந்தது.

மேற்குத் தொடர்ச்சி மலைகளில் எங்கு இருந்தாலும் அந்தி சாயும் போல் இருக்கும் ரம்மியம் மேலும், அதோடு சேர்ந்து ஒலிக்கும் எண்ணற்ற பறவைகளின் சத்தம், அனைவரையும் மெய்ம் மறக்கச் செய்து விடும்.

அதிலும், பாலாற்றுக் கரையில் அமர்ந்த படி இந்த ரம்மியத்தை ரசித்துக் கொண்டிருந்தான், கடாரன்.

ஆனால் அவனுக்கு இதெல்லாம் ஓர் அழகுக்கு அருகினில் கூட வராது என்றளவுக்குப் பாலாற்றிலிருந்து வெளி வந்தது 'முழு (நில)வு'.

காட்டில் உள்ள அனைத்து அழகான பூக்களும் ஒன்று கூடியது போல் தன் தலைமுடியைக் கோதிக் கொண்டே, அந்த முழு நிலவின் முன்னால் நடந்து வந்து கொண்டிருந்தாள், 'நிலவேனில்'.

தான் காண்பது நினைவு என்பதைத் தன் முகத்தில் சில்லென்று நிலவேனிலின் தலையிலிருந்து தெறித்த சிறுதுளி நீர், கடாரனுக்கு மெய்ப்பித்தது.

கடாரன் பேச்சில் தென்பட்ட தடுமாற்றமே நிலவேனிலுக்கு உணர்த்த வேண்டியதை உணர்த்தியது. இருப்பினும் அவற்றை அறியாதது போல் தன்னைக் காட்டிக் கொண்டாள்.

சேறு மற்றும் ரத்தம் கலந்த அணங்கைப் பார்த்த கடாரனுக்குத் தற்போது உள்ள தேவதை தான் அதுவா என்பது போன்று இருந்தது, நிலவேனிலின் உண்மை முகம்.

நிலவேனிலைக் கண்ட நொடியிலே வீழ்ந்த, இதுவரை வீழாத கடாரன், அவளைத் தான் அமர்ந்த பாறையில் அமர வைத்து விட்டு, வேகமாகப் பச்சைமலை நோக்கி ஓடினான்.

ஓடிய வேகத்தில் பச்சைமலையில் ஏறத் தொடங்கிய கடாரன், வேட்டைக் காடர்களை வேட்டையாடச் சென்ற போது கண்ட சூரிய பிம்ப இலையைத் தேடினான். நிலவின் ஒளியை மிஞ்சி மின்னிக் கொண்டிருந்தது சூரிய பிம்பம்.

அத்தகைய ஒளி மிகுந்த செடியிலிருந்து ஓர் இலையை அதனின் வட்ட வேரோடு மிகுந்த கவனமாய் பறித்தான்.

அதைப் பறித்த கையோடு அருகில் இருந்த பச்சை இலையிலிருந்து சாறு எடுத்துக் கொண்டு, வந்த வேகத்தில் கீழ் இறங்கினான்.

பாலாற்றுப் பாறையில் அமர்ந்த படி முழு நிலவை ரசித்துக் கொண்டிருந்தவளின் அருகில் சென்று, வட்ட வேரோடு எடுத்து வந்த சூரிய பிம்ப இலையைக் கட்டி தன் காதலை வெளிப்படுத்தினான்.

சூரிய பிம்ப இலையைக் கட்டிய பின் ஏதோ தன்னைச் சுற்றி மின்னுவதைப் போன்று உணர்ந்த நிலவேனில், தன் கழுத்தைக் கூர்ந்து அதிர்ந்து போனாள்.

தன் கழுத்தில் கட்டப்பட்டிருந்த அந்தச் சூரிய பிம்ப இலை, நிலவை மிஞ்சி மின்னிக் கொண்டிருந்தது.

அதில் திளைத்த நிலவேனிலின் நெற்றியில் பச்சைச் சாற்று சிறு திலகம் இட்டு, அவளையே ரசித்துக் கொண்டிருந்தான், கடாரன்.

சூரிய பிம்ப இலையைக் கூர்ந்து கொண்டே இருந்தவளிடம், 'இது தான் சூரிய பிம்ப இலை'. பகல் முழுவதும் கருப்பாய் இருக்கும். இந்தச் செடி இலைகள் ஆதவனின் ஒளியை உள் கிரகித்து, இரவில் இலையில் உள்ள சிறு துவாரங்கள் மூலம் கடத்திய ஒளியைச் சிறு சிறு துளியாய் மின்னி மின்னி வெளியிடும்.

நாம் இதனை அதனின் வட்ட வேரோடு எடுத்ததால் இன்னும் சில நாழிகை இதுபோல் மின்னிக்கொண்டே இருக்கும்' என்றவன், 'இதனின் காலம் இன்னும் சில நாழிகைத் தான் ஆனால், அதைக் காட்டிலும் எப்போதும் மின்னிக் கொண்டிருக்கும் உன்காலம் தான் அதிகம்' - என்றவுடன், வெட்கத்தில் திளைத்தாள் நிலவேனில்.

முதன் முதலாகச் சூரிய பிம்ப இலையோடு நிலவின் ஒளியில் பச்சைச் சாறு திலகத்தோடு வெட்கத்தில் மூழ்கிய நிலவேனிலைக் கண்டு, இமை மூடாது ரசித்துக் கொண்டிருந்தான், கடாரன்.

இதுதான் எங்களுடைய முதல் சந்திப்பு என்று தன் அழியா நினைவுகளைக் காளி மற்றும் மகிழியிடம் கூறி முடித்தாள், நிலவேனில்.

17

ஆனைக்குடி வீரன் மருதன்

நேற்றைய தினம் ஆனைக்குடியே, மருதாறு விழாவில் நாட்டம் கொண்டு, ஆட்டம் பாட்டத்தில் திளைத்து, இரவு தூங்கச் சென்றது.

குழந்தையை ஈன்று எடுக்கப் போகும் தாய் தன்னைப் பாராது குழந்தையின் உயிரை நினைத்துப் பதறுவதைப் போலத் தென்திசைக் காவல் வீரர்களின் அலறல் ஒலி, எங்கள் அனைவரையும் பதற வைத்தது.

என்ன நடந்து கொண்டு இருக்கிறது என்பதை நாங்கள் அறியும் முன்னரே எங்கள் குடியின் பாதி தொகை முடிந்திருந்தது.

எஞ்சிய வீரர்களைக் கொண்டு, அனைத்து ஆயுதங்களையும் திரட்டிக் கொண்டு, முன் சென்ற எங்கள் கண்களை நம்ப முடியவில்லை.

காரணம், இரண்டு மதம் கொண்ட எங்கள் தெய்வங்கள், எங்களையே இறைவனிடம் அனுப்பி வைத்துக் கொண்டிருந்தன. அவற்றின் பலமும், கோபமும் அளவற்று இருந்தது. அதனால் ஏற்பட்ட அழிவு, சிறிது நேரத்திலியே ரத்த ஆறாக மாறியிருந்தது.

ரத்த ஆற்றைக் கண்டதும் தெய்வங்களை மறந்து எங்களின் ஆயுதங்கள் சீறின.

சீறிய அனைத்து ஆயுதங்களும் முன் வந்த யானையின் மேல் சட சடவென இறங்கின. இறங்கிய வேகத்தில் தடுமாறிச் சரிந்தது, முன் வந்த மதம் கொண்ட யானை.

முன்னமே அதீதக் கோபத்துடன் பின் வந்து கொண்டிருந்த தலைமை யானைக்குத் தன்னுடன் வந்த சக யானைச் சரிந்தது, கடும் கோபத்தை ஏற்படுத்தியது. இதனால் கடுஞ்சீற்றம் கொண்ட பின் வந்த யானை, எஞ்சியவரை

வானில் பறக்க வைத்தது. அதிர்ஷ்டவசமாக உயிர்ப் பிழைத்து வந்த வேட திசை ஆனைக்குடி வீரனே இருபது குடும்பங்களில் மிஞ்சிய ஒரே வாரிசு.

ஆனைக்குடியின் உடைந்த கூடாரங்களும், ரத்த வெள்ளத்தில் தாயும் சேயும் சேர்ந்து ஒரு முகமாய் இருந்ததும், கருங்காலனின் கண்ணில் நீர் ஓடையை உருவாக்கியது.

ஆதிவளம்பனின் கண்கள் சிவந்தது. கடாரனின் கண்கள் எலும்பு ஒட்டி மூலிகையைத் தேடியது.

சிறிது கடு நேரத் தேடுதலுக்குப் பின் கடாரனின் கண்கள் எலும்பு ஒட்டியை அடைந்தது. ஆனைக்குடி வீரன் மருதனுக்கு எலும்பு ஒட்டி மூலிகையை அரைத்துக் 'கல்லத்தி' மரத்தின் தண்டு பட்டைகளால் கைகளைச் சுற்றினான், கடாரன்.

எலும்பு ஒட்டி மூலிகையின் தாக்கம், மிக அதிக வலியை மருதனுக்கு ஏற்படுத்தியது. இருப்பினும், வேறு வழி இல்லாமல் அதைத் தாங்கிக் கொண்டான். கைகளைச் சுற்றிக் கட்டப்பட்ட கல்லத்தி மரப்பட்டைச் சிறிது குளுமையையும் மேலும் காயம் விரைந்து குணமாக முக்கியமான காரணமாகவும் இருந்தது.

மருதன், எங்கள் குலக்கதைகள் மற்றும் என் வாழ்வில் எத்தனையோ கதைகள் மற்றும் யானைகளைப் பார்த்துள்ளேன். ஆயினும் இவ்விரு யானைகள்

என் கற்பனைக்கும் அப்பால் உள்ளது - என்றான்.

சற்று நேரம் கோரத்தின் ஆழத்தைச் சிந்தித்துக் கொண்டிருந்த கடாரனுக்குத் தற்போதுதான் யானைச் சென்ற திசை நினைவில் வந்தது. யானைச் சென்ற திசையின் எல்லை நெடுங்காட்டின் ஆரம்பம், மதங்கொண்ட அந்த யானையின் கோரத்தை உணர்ந்த கடாரனால் அதன் வீரியத்தை உணர முடிந்தது.

கடாரனின் வார்த்தைகளின் பதற்றம், நேரமின்மையை அனைவருக்கும் உணர்த்தியது. ஆயினும், கடாரன், 'நானும் ஆதிவளம்பனும் இம்மலைத்தொடர் வழியாக மேல் சென்று யானையின் திசையறிந்து திசை மாற்றுகிறோம். அதே நேரத்தில் நீங்கள் யானைச் சென்ற திசையில் அதனைப் பின் தொடர்ந்து செல்லுங்கள்.

சென்று அதனை அடைந்தால் அதனின் திசை மாற்றுங்கள் என்று சொல்லிக் கடாரனும், ஆதிவளம்பனும் மலை முகட்டில் ஏற ஆரம்பித்தனர்.

கடாரனும் ஆதிவளம்பனும் மலையின் மீது கால் வைத்தனர். மழைத் தரையின் மீது அடிக்கத் தொடங்கியது. மழையின் வேகம் மதங்கொண்ட யானையின் வேகத்தைக் குறைக்கலாம்.

ஆனால், கடாரன் மற்றும் ஆதிவளம்பனின் கால்களின் வேகத்தைச் சிறிதும் குறைக்க முடியவில்லை.

கடாரன், ஆதிவளம்பனிடம் இம்மழையின் வேகம் நிச்சயம் யானையின் வேகத்தைச் சரிபாதி குறைத்திருக்கும்.

நாம் இதே வேகத்தில் முன் சென்று அதனின் திசை அறிந்து விரைவில் அதனின் பாதையை மாற்றிவிடலாம் என்றான்.

நினைத்த வேகத்தைவிட அதி விரைவாக மலைச்சரிவுக்கு வந்த கடாரனும் ஆதிவளம்பனும், வேகமாக மலைச் சரிவிலிருந்து கீழ் இறங்கினர்.

இறங்கிய வேகத்தில் யானையின் பாதையில் இடர் ஏற்படுத்தித் திசை மாற்ற அடர்ந்த மரத்தைக் கடும் பாறையினால் உடைக்கத் துவங்கினான், கடாரன்.

இரண்டாவது அடி, மரத்தின் மீது விழுவதற்குள், உடைந்து கிடந்த பெரிய பாறை மீது அமர்ந்தான், ஆதிவளம்பன்.

ஆதிவளம்பன் கடாரனிடம், நாம் நினைத்ததை விட வேகம் மட்டும் இல்லை. மதம் கொண்ட கோபமும் வெறியும் தான்.

ஆதிவளம்பனின் அந்த வார்த்தை முடிந்ததும், தன் கையில் இருந்த தடித்த கரும்பாறையைப் பார்த்தான். அது உடைந்து கிடந்த அந்தப் பெரிய பாறையின் ஓர் அங்கு, என்ன செய்வதென்று அறியாத கடாரனுக்கு மலைச்சரிவிலிருந்து இறங்கும் முன் கண்ட காட்சி, நினைவுக்கு வந்தது.

அதுதான் சுனைப் பள்ளத்தாக்கு, சுனைப்பள்ளத்தாக்கைக் கடந்தால் நெடுங்காடு.

கடாரனுக்கும், ஆதிவளம்பனுக்கும் கிடைத்த ஒரே ஒரு வாய்ப்பு சுனைப்பள்ளத்தாக்குத் தான்.

எப்படிப்பட்ட யானையாய் இருந்தாலும் பள்ளத்தில் வேகம் குறையும். அதைப் பயன்படுத்தினால் தான் பேராபத்தி தடுக்க முடியும் என்று பாய்ந்தனர், கடாரனும் ஆதிவளம்பனும்.

மலை முகட்டின் மீது ஏறிப் பள்ளத்தாக்கை அடைந்த கடாரனும் ஆதிவளம்பனும், மதம் கொண்ட யானையையை கண்டனர்.

யானையைக் கண்ட கணத்தில் ஆதிவளம்பனை நெருப்பைப் பற்ற வைக்கும்படிக் கூறினான். கடாரன். நெடுங்காடு திசையில் உள்ள சிறிய இடைவெளியுள்ள வயதான மரங்களில் நெருப்பைப் பற்ற வைக்கக் கூறிய கடாரன்,

'நான் நெடுங்காடுக்கு இடது திசையில் ஓடுகிறேன்.

என்னைக் கண்டதும் மதம் கொண்ட யானை நிச்சயம் என்னைத் துரத்தும், அதைப் பயன்படுத்தி அதன் திசையை மாற்றி விடுகிறேன்' என்றான்.

யானையின் கற்பனைக்கும் எட்டாத பலத்தைக் கண்ட ஆதிவளம்பன், 'முடியாது' என்றான். ஆனால், கடாரனின் கண்களோ அவனுக்கான உத்தரவைப் பிறப்பித்தது.

வரும் வழியில் அடித்துப் பெய்த மழை. சுனைப் பள்ளத்தாக்கில் மட்டும் தூறல் கொண்டு திசை மாறிச் சென்றதால், சிறிது கடு நேர முயற்சிக்குப் பின் சிறிய இடைவெளியுள்ள மரங்களில் நெருப்பைப் பற்ற வைத்தான், ஆதிவளம்பன். நெருப்பு கப கப எனப் பிடித்து எரியத் தொடங்கியது.

நெருப்பின் வெட்கையாலும் மிரட்சியாலும் முன் நகர்வை நிறுத்திய யானைக்குக் கடாரனின் ஓசை, இடது திசைக்கு இழுத்தது.

கடாரனின் கால்கள் காற்றிலே இருந்தன.

கடாரனின் வேகத்துக்குக் காடே திகைப்புற்றது.

ஆனால், அந்த மதங்கொண்ட யானை அன்று, கடாரனின் வேகத்தை மிஞ்சத் தொடங்கியது யானையின் வேகம், 'இனியும் நேர்வாட்டில் ஓடினால் மரணம் நிச்சயம்' என்ற தருவாயில் அருகில் இருந்த ஆள் உயர புல் வயலுக்குள் புகுந்து, மறைந்து மறைந்து ஓடத் தொடங்கினான், கடாரன்.

கடாரன் மறைந்தாலும் யானை மறைவதாயில்லை என்ற தருணத்தில், யானையின் பிளிறல் கேட்டு, யானை இருந்த திசை நோக்கி முன் வந்தனர், கருங்காலன் மற்றும் வீரர்கள்.

யானையின் செயல் கண்டு கடும் கோபம் கொண்ட கருங்காலன், இந்தத் தருணத்துக்காகத் தான் காத்திருந்தான்.

ஆயினும், கருங்காலனுக்கு முன்னால் கையில் இருந்த அம்புகளுடன் யானையை நோக்கி முன் நகர்ந்தான் வண்டேரி.

இவற்றை ஊசியிலை மரத்தின் உச்சியிலிருந்து உற்று நோக்கிய ஆதிவளம்பன், நிலைமையின் விபரீதத்தை உணர்ந்து வண்டேரியை நோக்கி விரைந்தான்.

ஆதிவளம்பன் சிறிது தூரம் வருவதற்குள் வானில் பறந்து கொண்டிருந்தான், வண்டேரி.

நிலைமையைச் சுதாரித்துக் கொண்ட கருங்காலன், யானையின் கண்களுக்குச் சிக்காமல் மரத்தின் உச்சிக்குச் சென்றான். மருதனும், ஆதிவளம்பனும் ஒவ்வொரு திசையில் மறைந்தனர்.

மரத்தின் உச்சியில் இருந்த கருங்காலன். சிறிது தொலைவில் வயலில் மறைந்து இருந்த தந்தைக் கடாரனைக் கண்டு, இழுக்குச் சீழ்க்கை ஒலி எழுப்பினான்.

இழுக்குச் சீழ்க்கை ஒலி, வண்டேரியை யானைத் தாக்கியதை உணர்த்துவதற்குக் கருங்காலன் எழுப்பினான்.

மறைந்து ஓடிக் கொண்டிருந்த கடாரனுக்கு இழுக்குச் சீழ்க்கை ஒலி, ஐயத்தை ஏற்படுத்தியது. அந்த ஐயத்தை மெய்யாக்கும் பொருட்டு இழுக்குச் சீழ்க்கை ஒலி, கடாரனோடு சேர்த்து மதங்கொண்ட யானையையும் அடைந்தது.

சீழ்க்கை ஒலி வந்த திசை நோக்கித் தன் பார்வையைத் திருப்பிய யானை, திரும்பிய வேகத்தில் மரத்தில் இருந்த கருங்காலனை நோக்கி முன் சென்றது. இவற்றைக் கூர்ந்து, இதற்காகவே காத்துக் கொண்டிருந்த கருங்காலனின் மனதுக்குள், உயிர் நீத்தம் செய்த ஆனைக்குடி மக்களும் தாய்-சேய் ஒரு சேர இருந்த முகமும் வண்டேரியின் முகமும் வந்து வந்து போயின.

கருங்காலனின் கையில் முறுங்கிக் கொண்டிருந்த 'சுருள் வேலைக்' கண்டதும் கடாரன், 'கருங்காலா வேண்டாம். வலது புற மரத்துக்குத் தாவிவிடு. அதன் மேல் எய்து விடாதே' - என்ற குரல் முடிவதற்கு முன்னால் அடுத்தடுத்து இரண்டு சுருள் வேல் யானையின் நெற்றியில் நங்கூரம் போல் ஆழமாய் இறங்கி இருந்தது.

சுருள் வேலோடு சேர்த்து ஆதிவளம்பனின் ஆள் ஈட்டியும் யானையின் பக்கவாட்டில் இறங்கியது. சுருள் வேல் மற்றும் ஆள் ஈட்டியின் வீரியத்தால் மதங்கொண்ட யானையின் உயிர், நொடியில் ரத்த ஆற்றில் மிதந்தது.

கடாரனின் ஓலம் யானையின் இறுதிப் பிளிறலை மிஞ்சியது.

கடாரனைத் தேற்றுவதற்கு மேற்கொண்ட அனைத்து முயற்சிகளும் தோல்வியில் முடிந்தது. மீளாத் துயரில் இருந்த கடாரன், நீண்ட நேரம், மடிந்த வண்டேரி மற்றும் யானையின் மேல் மீது சாய்ந்திருந்தான்.

யானையையும், வண்டெரியையும் அடக்கம் செய்த பின்பு, 'நடந்ததை மாற்றுவதற்கு எவ்வழியும் இல்லை என்பதைக் கணநொடியில் உணர்ந்து கொண்ட கடாரன். அனைவரோடும் நெடுங்காடு மண விழாவுக்குப் புறப்பட்டான்.

கடாரன் வரும் வழியில் நதியின் ஓரம் இருந்த கடம்ப மரத்தில் கொண்டு வந்த அனைத்து ஆயுதங்களையும் மறைத்து விட்டு, முன் செல்லுமாறு அனைவரிடமும் கூறினான்.

அனைவரும் அதன்படி ஆயுதங்களை அடுக்கிய பின்பு நெடுங்காடு அடைந்தனர்.

நெடுங்காட்டை அடைந்த கடாரன் மற்றும் தோழர்களின் தோற்றம் கண்ட மலைக்காட்டு மக்கள் அனைவரின் முகங்களும் அழகான பூக்கள் சூடுவதற்கு முன்னே வாடியது போல வாடிப்போனது. வரும் வழியில் சூழ்ந்த காட்டுப் பன்றிக் கூட்டத்தை விரட்டி விட்டு வருவதற்குச் சற்றுக் கால தாமதம் ஆகிவிட்டதாக அனைவரும் கூறினர்.

அவர்கள் உடம்பில் இருந்த காயம் மற்றும் மருதனின் கைகளைச் சுற்றிக் கட்டப்பட்ட கல்லத்தி மரத்தின் பட்டையும் மூப்பனுக்கு இவர்கள் சொல்லும் காரணம் மெய்யற்றது என்றும் உணர்த்திவிட்டது.

இருப்பினும், குறுங்காடு சென்று முழுவதையும் கேட்டுக் கொள்வோம் என்று விட்டு விட்டார்.

அதுபோல் விழாவில் மையம் கொண்ட அனைவரும் இதைப் பெரிதாக எடுத்துக் கொள்ளவில்லை.

இதனால் பெருமூச்சு கொண்ட கடாரனுக்கும் மற்றவர்களுக்கும் நெடுநேரம் வண்டேரிக்காகக் காத்திருந்த காளிக்கு என்ன சொல்வது என்றே தெரியவில்லை.

இருப்பினும், இந்நிகழ்வைக் குறுங்காடு சென்ற பின்னரே காளிக்குத் தெரியப்படுத்த வேண்டும் என்பதில் அனைவரும் தெளிவாக இருந்தனர்.

அதனாலேயே காளியின் கேள்விக்கு அனைவரும் முன்னுக்குப் பின் முரணாகப் பதிலளித்தனர். அனைவரின் சொல் கேட்ட காளிக்குக் கடும் கோபம் தான் வந்தது.

ஏனெனில், அனைவரும் வண்டேரி எங்கே என்ற கேள்விக்கு வேறு வேறு காரணத்தைத் தான் கூறினர்.

இக்கேள்விக்கு முறையான பதில் கூறவதற்கு ஒருவர் உண்டு எனில், அது கடாரன் மட்டும் தான் என்று காளிக்குத் தெரியும்.

இருப்பினும், காளி இக்கேள்விக்கான பதிலை நிலவேனிலிடம் இருந்தே எதிர்பார்த்தாள்.

அதற்குக் கடாரனின் கண்களே காரணமாய் இருந்தன. கடாரன் தாமதமாய் வருவதற்குக் கூறிய காரணம், நெடுங்காட்டு மக்களை மெய்ப்பிக்க

வைத்திருக்கலாம்.

ஆனால், நிலவேனிலை அன்று கடாரனின் குரலில் உள்ள சிறு மாற்றத்திலே அவனின் துயரை உணர்ந்து கொண்டாள், நிலவேனில்.

மேலும், கூற வேண்டிய கதையைக் கடாரனின் கண்களே நிலவேனிலுக்குக் கூறியது.

அனைவரும் மணவிழா நடக்கும் மணமேடை நோக்கிச் சென்ற வண்ணம் இருந்தனர். ஆனால், கடாரனின் கால்களும் நிலவேனில் கால்களும் சிற்றோடை அருகினில் உள்ள தாலி, பனை நோக்கிச் சென்றது.

தாலி - பனைமரம் மிக அரிதாகக் காணப்படும் மரம்.

அதனினும் அரிது, அதில் பூத்துக் குலுங்கும் பனைப்பூக்கள்.

தன்னைத் தொடர்ந்து பின் வந்த கடாரனின் கால்கள் வேறு எங்கோ செல்வதை உணர்ந்த நிலவேனில் பின் காணாது முன் சென்று வளைந்து கொடுக்காத பனையடியில் வளைந்து கொடுக்காமல் அமர்ந்தாள்.

நெடுநேரம் ஆகியும் கடாரன் வரவில்லை. தனித்த தேவதையாகத் தாளிப் பூக்களோடு அழகிய முழு நிலவைச் சில்லென்று ஓடும் சிற்றோடையில் கால் வைத்தவாறு ரசித்துக் கொண்டிருந்தவளுக்கு நாழிகைச் செல்வதே தெரியவில்லை.

ஆனால், ஏதோ மனதை மயக்க வைக்கும் மணம், காற்றில் கலந்து வருவதை மட்டும் உணர்ந்தாள், நிலவேனில்.

நேரம் செல்லச் செல்ல மனம் காற்றில் கூடிக் கொண்டே போனது.

சற்று நேரம் கழித்து வந்த கடாரன், மயங்கிய நிலவேனிலை நினைவுக்குக் கொண்டு வந்து, தான் எடுத்து வந்த மனோரஞ்சிதத்தை அவளிடம் கொடுத்தான்.

மனோரஞ்சிதத்தைக் கண்ட நிலவேனிலின் முகம் வெட்கத்தில் பூரித்தது.

வெட்கத்தில் பூரித்த நிலவேனிலின் முகத்தைக் கண்ட நிலவே பொறாமைக் கொண்டது போல் கருமேகத்தில் மறைந்து கொண்டது.

நிலவேனிலின் அந்த அளவற்ற வெட்கத்துக்குக் காரணம், தன் காதலைக் கடாரனுக்கு உணர்த்துகையில் முதலில் அவனுக்குக் கொடுத்த பூ, மனோரஞ்சிதம் தான்.

மனோரஞ்சிதம் தன் அழகாலும் மேலும் தன் மணத்தாலும் அனைவரையும் மயக்கும் மாயமான மலர்.

தன் கூந்தலில் அழகிய மனோரஞ்சிதத்தைச் சூடிய நிலவேனிலின் மடியில், கடாரனின் தலைச் சாய்ந்து கொண்டு இருந்தது.

கடாரனின் கண்கள் முழுநிலவையும் அதனினும் அழகான நிலவைச் சூழ்ந்துள்ள நட்சத்திரக் கூட்டத்தையும் ரசிக்க முடியாமல் ரசித்துக்

கொண்டிருந்தது.

கடாரனின் மனதை உணர்ந்த நிலவேனில், தன் மென்மையான கையினால் கடாரனின் தலையைக் கோதிக் கொண்டு இருந்தாள்.

நீண்ட நேர மௌன உரையாடலுக்குப் பின் மௌனம் உடைத்த நிலவேனில், 'தாங்கள் துயரில் இருந்தும் எனக்காக மனோரஞ்சிதத்தை எடுக்கச் சென்றது ஏன்?' என்றாள்.

அனைத்து எல்லையற்ற துயரத்துக்கும் ஒரு சிறிய மகிழ்வு தான் முடிவைத் தரும் என்றவன், ஒன்றும் அறியாத குழந்தை, தாயிடம் சென்று பேசுவது போல், 'நான் துயரில் இருப்பது உனக்கு எப்படித் தெரியும்?' என்றான்.

கடாரனின் கேள்விக்கு நிலவேனிலின் பார்வையே பதிலாக இருந்தது.

'இவ்வழகிய இடத்தில் தங்களைச் சோகத்தில் மூழ்க விட்டு நான் மட்டும் ரசித்துக் கொண்டிருப்பது, நம் காதலுக்கு நான் இழைக்கும் துரோகம். தங்களின் சரி பாதி நான். அதேபோல் தங்களுடைய சோகத்தில் சரிபாதியாக இருக்க விரும்புகிறேன். நடந்ததைக் கூறுங்கள்' எனக் கடாரனுக்கு வாய்ப்பு கொடுக்காமல் பேசி முடித்தாள், நிலவேனில்.

மீண்டும் நிலவேனிலின் கைக்கோதிய தருணத்தில் நடந்ததைக் கூறினான், கடாரன்.

நிலவேனிலின் கண்களில் கசிந்த நீரைத் துடைத்த கடாரன், அனைத்தும் ஒரு நாள் முடியும், என்னையும் உன்னையும் சேர்த்து தான். ஆதலால், கண்ணீர்ச் சிந்துவதை விட இந்நிகழ்வைக் காளி அறிந்த பின் அவளை எப்படி மீண்டும் பழைய நிலைக்குக் கொண்டு வர முடியும் என்று எண்ணு', என்று தன் அனுபவம் மூலம் கூறினான்.

கடாரன் நிலவேனிலைத் தேற்றுவதற்கு முன் திருமணம் முடிந்து போயிருந்தது.

ஒரு வழியாக நிலவேனிலைத் தேற்றிய கடாரன், நீண்ட நேரம் வானையே உற்று நோக்கிக் கொண்டிருந்தான் அப்படி உற்று நோக்கி கொண்டிருந்த கடாரனின் கண்கள், திடீரென்று அசைவற்று நின்றது.

கடாரனின் கண்களைக் கண்ட பின் அதன் திசை நோக்கிப் பார்த்தாள் நிலவேனில். அவளின் கண்களும் அதன் பின் அசைவற்று இருந்தன.

வானை உற்று நோக்கிய நான்கு கண்கள், வானில் நிகழ்ந்த ஓர் அதிசயமான மற்றும் அரிதான காட்சிகளைக் கண்டன.

மிகவும் ரம்மியமாக மின்னிக் கொண்டிருந்த நட்சத்திரக் கூட்டத்திலிருந்து ஒரு நட்சத்திரம், கண் இமைக்கும் நொடியில் வேகமாய் வேறொரு திசை நோக்கிச் சென்று மறைந்தது.

இவற்றைக் கண்ட இருவரின் கண்களும் வெவ்வேறு பாவனையை வெளிப்படுத்தின.

கடாரனின் கண்கள் ஆச்சரியத்திலும் நிலவேனிலின் கண்கள் அச்சத்திலும் இருந்தன.

அக்காட்சிக்குப் பின் நட்சத்திரம் ஏன் இவ்வளவு வேகமாகச் செல்கிறது? இப்போது எங்குச் சென்றது? இது என்ன ஓர் அற்புதமான நிகழ்வு? என எண்ணிக் கொண்டிருந்த கடாரனுக்கு, நிலவேனிலின் மௌனம் மற்றும் கைகளின் நடுக்கம் இரண்டுமே அவளின் அச்சத்தை வெளிப்படுத்தியது.

உன்னுடைய இந்த நடுக்கத்தின் காரணம் என்ன? என்ற கடாரனின் கேள்விக்கு நிலவேனில், தன் இளமைப் பருவத்தில் நடந்த மறக்க நினைக்கக் கூடிய ஓர் ஆழமான நிகழ்வைப் பதிலாகக் கூறத் தொடங்கினாள்.

எங்கள் குல வழக்கப்படி முழு நிலா நாளில் யாழிசை இசைக்கப்படும்.

அன்றும் அதே மாதிரி அனைவரும் அரச மரத்தடியில் அமர்ந்திருந்தோம்.

எங்கள் பாட்டனார் யாழை எடுத்து இசையைத் தொடங்க வானை நோக்கினார்.

வானில் உள்ள நட்சத்திரக் கூட்டத்தின் அமைப்புக்கு ஏற்றவாறு அன்றைய நாளில் இசை அமைக்கப்படும்.

அப்படி அன்று இசைத்த யாழின் இசை எங்கள் அனைவரின் நெஞ்சையும் பதற வைத்தது. அதன் காரணம், அன்று இசைக்கப்பட்ட ஓலம், அதனினும் கொடிது, வாசிக்கும் போது பாதியிலே, யாழ் அறுந்தது.

யாழ் இசைக்கப்படும் போது அறுந்து விட்டால் அது, இசைப்பவனின் தவறைக் குறிக்கிறது. மேலும் யாழ் உடைந்த தருணத்தில் வானில் நடந்த காட்சியைக் காண்பித்த பாட்டனார், கூட்டத்திலிருந்து தனித்து மறையும் இந்த நட்சத்திரமும் அழியும்.

அது, முன் விட்டுவிட்டு வந்த நட்சத்திரக் கூட்டமும் அழியும் - என்று கூறி உடைந்த யாழின் மீது சாய்ந்தார், எங்கள் பாட்டனார்.

அந்நிகழ்வைத் தான் நாம் இப்போது கண்டு கொண்டிருக்கிறோம் என்று பதைபதைத்தாள் நிலவேனில்.

நிலவேனிலின் மாற்றத்தை உணர்ந்த கடாரன், அந்நிகழ்வுக்கும் இன்று நடந்த நிகழ்ச்சிக்கும் எவ்விதத் தொடர்பும் இல்லை.

உன் சிந்தனையில் ஆழ்ந்து பதிந்து இருக்கும் அன்று நடந்த நிகழ்வே இன்றும் அதுபோல் நிகழ்ந்த மற்றொரு நிகழ்வைக் கண்டதும் வெவ்வேறு எண்ணங்களாய் உருவாகிறது - என்றான்.

கடாரன், நிலவேனிலிடம் உரையாடிக் கொண்டிருக்கும் போதே, கார்மேகம் நிலவைச் சூழ்ந்தது. இருள், வானம் முழுவதும் பரவியது. பரவிய வேகத்தில்

மழையும் இறங்கியது.

நிலவேனிலும், கடாரனும் அரிதான காட்சியை வானில் உற்று நோக்கிக் கொண்டு இருந்த போதே, சிற்றோடையில் நீரின் அளவு ஏறியது.அப்போது, அதை உணராத இருவரும் மழை இறங்கியபோது உணர்ந்தனர்.

உணர்ந்த வேகத்தில் இருவரும் மணவிழா நோக்கி விரைந்தனர். மண விழா மேடை நோக்கி விரைந்த நிலவேனில் மற்றும் கடாரனின் செவிகளில் காட்டெருமையின் கணத்த குரல் விழுந்தது.

திரும்பிய கணத்தில் வெள்ளத்தில் காட்டெருமை அடித்துச் செல்வதைப் பார்த்த கடாரன், சிற்றோடை நோக்கித் தன் கால்களைத் திருப்பினான்.

நிலவேனிலின் குரலையும் தாண்டிச் சிற்றோடையின் வெள்ளத்தில் குதித்தான், கடாரன்.

மழையின் வேகத்தால் நீர் மட்டம் கூடிக் கொண்டே சென்றது.

நெடுங்காடு சிற்றோடை, உச்சிப்பனி ஆற்றோடு சேர்ந்து வான் நீர்வீழ்ச்சி நோக்கிப் பாய்ந்து கொண்டிருந்தது. கடாரனின் சிந்தனையைவிட ஆயிரம் மடங்கு ஏறிக் கொண்டே இருந்தது, காட்டாற்று வெள்ளம்.

கடும் பாடுபட்டு உச்சிப்பனி ஆற்றில் காட்டெருமையின் அருகில் நெருங்கிய கடாரனால் அதனைத் திசைத் திருப்ப இயலவில்லை.

அதனின் அதீத எடையோடு காட்டாற்று வெள்ளமும் சேர்ந்ததால் கடாரனால் அதைத் தள்ளக் கூட முடியவில்லை.

தன்னால் முடியாது என்று வான் நீர்வீழ்ச்சி அருகில் சென்றபோது உணர்ந்த கடாரனின் நினைவில், அப்போது தான் வான் நீர்வீழ்ச்சியின் 'பொங்குமாங்கடல்' நினைவுக்கு வந்தது. இருப்பினும், இதன் பின் ஒன்றும் செய்ய இயலாது என்பதால் இறுதி வரைக் காட்டெருமையைக் காக்க முயற்சித்துக் கொண்டே உச்சிப்பனியாற்று வழியாக வான் நீர்வீழ்ச்சியில் விழுந்தான், கடாரன்.

கடாரனோடு சென்றவள், தனித்து மழையில் நடந்து வருவதைக் கண்ட பழங்குடியினர் அனைவரும், நடந்ததைக் கேட்டு அறிந்து உச்சிப்பனி ஆற்று வழியாக வான் நீர்வீழ்ச்சி வரைக் கடாரனைத் தேடினர்.

மழையின் வேகம் மற்றும் கார் மேகத்தின் கருமை, கடாரனைத் தேடுவதில் பெரும் சிக்கலாய் இருந்தது. ஒரு வழியாக மழை நின்றபின் மறு பகல் முழுவதும் கடாரனைத் தேடியும் அகப்படாததால், மணவிழாவுக்கு வந்த ஊரார் அனைவரும் மீளாத் துயருடன் கடாரனுக்கு வான் நீர்வீழ்ச்சியின் எல்லையில் நடு கல் நட்டினர்.

சிவந்த கண்கள் பரந்த மயிரோடு நடு கல்லின் நடுவில் மனோரஞ்சிதத்தை வைத்தாள், நிலவேனில்.

வண்டேரியின் மறைவைத் தாங்கிக் கொள்ள முடியாமல் இருந்த கருங்காலனுக்கு இந்நிகழ்வு சோகத்தின் உச்சத்துக்கே அழைத்துச் சென்றது.

சோகத்தின் உச்சியில் இருந்தவனுக்குத் தான் கண்ணில் காணாததால் தன் தந்தை இறந்ததை நம்ப முடியவில்லை. மேலும் வான் நீர்வீழ்ச்சி கீழே சென்று கடாரனைத் தேடப் போவதாகக் கூறிப் புறப்பட்டான்.

வான் நீர்வீழ்ச்சி வாவி நோக்கிப் புறப்பட்டவனை மறித்த மூப்பன், வான் நீர்வீழ்ச்சி பொங்குமாங்கடல் பற்றிக் கூறினான்.

வான் நீர்வீழ்ச்சி அவ்வளவு பெரிதான நீர்வீழ்ச்சி அல்ல. ஆனாலும், அதனின் கோரம் பொங்குமாங்கடல் மற்றும் வாவியில் தான் உள்ளது என்றான், மூப்பன்.

பொங்குமாங்கடலா? அப்படி என்றால் என்ன? அங்கு என்ன இருக்கும்? என்று கேட்டான், கருங்காலன்.

உச்சிப்பனி ஆற்றிலிருந்து வான் நீர்வீழ்ச்சிக்குப் போகும் தண்ணீர் நேராக மற்ற நீர்வீழ்ச்சி போல் தடாகத்தில் அதாவது, வாவியில் விழாது. மாறாக, இங்குத் தண்ணீர்ப் பொங்குமாங்கடலில் பொங்கிப் பின் வாவியில் சென்று விழும் என்றான்.

தாங்கள் சொல்வது எனக்குச் சரியாகப் பிடிபடவில்லைச் சற்று விளக்கிக் கூறுங்கள்.

'கருங்காலா, எல்லா நீர்வீழ்ச்சியிலும் பாறையிலிருந்து தண்ணீர் நேராகக் கீழ் விழுந்துவிடும். ஆனால், வான் நீர்வீழ்ச்சியில் அப்படி விழாது. அதற்கு மாறாக நீண்டு குறுகி இருக்கும் குகைப் போன்ற பாறைக்குள் சென்று அதன் இறுதியை அடைந்து, அங்கிருந்து நிரம்பி மீண்டும் பொங்கிக், கீழ் விழும்.

இன்னும் உனக்கு விளக்கமாய் சொல்ல வேண்டுமேயானால் உச்சிப்பனி ஆற்றிலிருந்து வரும் தண்ணீர் நேராகப் பொங்குமாங்கடல் என்று சொல்லக்கூடிய குகைப் பாறைக்குள் செல்லும். அங்கு அந்தப் பாறை நிரம்பி (பொங்கி) அங்கிருந்து கீழ் விழும்' — என்றான்.

'நீங்கள் சொல்வதை வைத்துப் பார்த்தால் உச்சிப்பனி ஆற்றிலிருந்து தண்ணீர் நேராக வான் நீர்வீழ்ச்சி வாவிக்குச் செல்லாமல் பொங்குமாங்கடல் என்னும் நீண்ட குகைப் பாறைக்குள் விழுந்து அங்கிருந்து நிரம்பிக் கீழ்ச் சென்று விழுகிறது. அப்படியென்றால் தந்தை வாவியில் விழுந்து நீந்திக் கரைவந்து இருப்பாரே' என்ற கருங்காலனின் சொல்லுக்கு மூப்பன், 'கருங்காலா இந்தப் பொங்குமாங்கடல் குகைப் பாறை பெரியதாக ஆரம்பித்துப் பின் குறுகிக்கொண்டே செல்லும்.

பொங்குமாங்கடலில் யாராவது விழுந்தால் அவர்கள் பொங்குமாங்கடலின் நடுவில் உள்ள குறுகிய பாறையில் சிக்கிக் கொண்டு உரைத்துக் கொட்டும் தண்ணீரால் மூச்சு விட முடியாமல் இறந்து போவர்.

இதுவரைப் பொங்குமாங்கடலில் விழுந்து உயிர்ப் பிழைத்தவர் இந்தக் காட்டினில் இல்லை! - என்று மூப்பன் சொல்லும்போது, கருங்காலனின் கண்களில் பொங்குமாங் கடலில் பொங்கிய நீர்ப் போலப் பொங்கி நீர் ஓடையே உருவாகியது.

பொங்கிய நீரைத் தாங்கித் தந்தையைப் போலக் கருங்காலனை அணைத்தான் மூப்பன்.

இத்தேற்றத்தின் போது தான் மூப்பனிடம் நெடுங்காடு வரும்போது நடந்த நிகழ்வை முழுமையாக விவரித்தான் கருங்காலன்.

கருங்காலன் கூறியதைக் கேட்டு மிரண்டு போன மூப்பன், வண்டேரியின் மறைவு கேட்டுச் சோகத்தில் சிக்கினான். இருப்பினும் அதிலிருந்து உடனே மீண்டு வந்த மூப்பன், ஆதிவளம்பனிடம் மதம் கொண்ட யானையின் அலாதி பலத்தைக் கேட்டுத் தெரிந்து கொண்டு வியப்புற்றான்.

மேலும், அதனின் கோபம், பிடித்திருந்த மதத்தைவிடக் கொடியதாய் இருந்ததால் அதனின் காரணத்தை முழுவதுமாகத் தெரிந்து கொள்ள மணவிழாவுக்கு வந்திருந்த அல்லிலனிடம் சென்றான் மூப்பன்.

மூப்பன் அல்லிலனோடு நீண்ட நேரம் உரையாடிக் கொண்டிருப்பதைக் கண்ட கருங்காலன் குறுங்காடு அதி சிறந்த ஈட்டி வீரன் புலிக்காதனிடம், 'யார் அவர்?

அவரிடம் மூப்பன் ஏன் எவ்வளவு நேரம் உரையாடுகிறார்' என்றான்.

காட்டையும் யானையையும், மேல்முதல் பாதம் வரை அறிந்தவர்கள், இக்காட்டில் சிலர்த் தான். அச்சிலரில் முதன்மையானவர்த் தான் அல்லிலன் என்ற புலிக்காதன். மேலும், தன் பிறப்பு முதல் யானையுடன் தான் இக்காட்டை அவர்ச் சுற்றி வருகிறார் என்றான்.

மூப்பன் விவரித்த நிகழ்வு கேட்டு அல்லிலன். 'யானையின் மதம் அதன் அதி கோர விளைவை உணர்த்துகிறது. ஆனால் யானை எங்கும் கடைசி வரை நில்லாமல் சோர்வடையாமல் அதே வேகத்துடன் சென்றது தான் ஆச்சரியமாய் இருக்கிறது' என்றான்.

யானையின் மதம் அதன் கடும் கோபத்தைக் குறிக்கின்றது. அதே சமயம் அதனின் எங்கும் நில்லா வேகம் அது கண்ட மிரட்சியைக் கூறுகிறது என்ற அல்லிலன், இதன் பின்னால் எதோ ஒரு பிடிப்பு உள்ளது, அதை நாம் அறிந்தாலே இதற்கான விடை நம்மை அடைந்துவிடும்' என்றான்.

அல்லிலனின் சிந்தனையை எண்ணி வியப்புற்ற கருங்காலன் எவரிடமும் சொல்லாத ஓர் உண்மையைத் தற்போது உடைக்கத் தொடங்கினான்.

அது என்னவெனில், உண்மையில் கொடூரமாய்த் தாக்கிய யானைக்கு மதம் பிடிக்கவில்லை என்பது தான்.

கருங்காலனின் வார்த்தைகள் அனைவர்க்கும் ஆச்சரியத்தை ஏற்படுத்தியது. மேலும், தொடர்ந்த கருங்காலன், 'யானையிடம் மதனநீர் இல்லை. மேலும் மதத்தைக் குறிக்கும் எச்சான்றும் அதனிடம் இல்லை. இதை முன்னமே உணர்ந்திருந்த தந்தை, அதனால் தான் என்னை அதன் மீது சுருள் வேல் கொண்டு எய்யச் சொல்லாமல், மாறாக என்னை வலது புற மரத்துக்கு மாறச் சொன்னார். ஆனால், அதற்கு முன்னமே என்னுடைய சுருள் வேல் இறங்கி இருந்தது' என்றான்.

கருங்காலன் சொல்வதற்குத் தலையசைத்த ஆதிவளம்பன், மூப்பனிடம் கடாரன் நீண்ட நேரம் நீங்காத துயரோடு அங்கு இருந்ததுக்கு அது தான் காரணம் என்றும் கூறினான்.

கருங்காலன் மற்றும் ஆதிவளம்பன் கூறியதைக் கேட்டுத் திகைப்புற்றான் அல்லிலன். 'மதம் கொள்ளாமல் எந்த யானையும் இவ்வளவு வெறி கொண்டு இருக்காது. நீங்கள் உரைப்பது மெய் என்றால் இதற்குப் பின் மிகப் பெரிய சம்பவம் ஏதோ உள்ளது' என்றான்.

எப்போதும் நிலவேனிலுக்குத் துணையாகக் காளியும், காளிக்குத் துணையாக நிலவேனிலும் இருப்பர். ஆனால், இன்று இருவரும் நீக்க முடியாத துயரோடு இரு திசையில் சாய்ந்து கிடந்தனர்.

இருவருக்கும் அனைவரும் ஆறுதல் சொன்னாலும் ஏனமுகப்பாவையின் சொற்கள் மற்றும் அரவணைப்பே மிகவும் ஆறுதலாய் இருந்தது.

நீண்ட நேரக் கற்பனைக்குப் பின் நினைவு திரும்பிய நிலவேனிலுக்குக் கடாரன் இறுதியாய் சொன்ன 'அனைத்தும் ஒரு நாள் முடியும். என்னையும் உன்னையும் சேர்த்து தான்' என்ற வார்த்தைகளே தேற்றியது.

முடிந்ததை மாற்றக்கூடிய சக்தி நம்மிடம் இல்லை. இருப்பினும், இனி வருவதை மாற்றக்கூடிய சக்தி நம்மிடம் உள்ளது என்று மனதை ஒருநிலைப்படுத்தித் தன்னைத்தானே தேற்றிக் கொண்டு, பறந்து கிடந்த மயிரைக் கொண்டையிட்டுக் குறுங்காடு நோக்கித் திரும்பினாள், நிலவேனில்.

அவளைத் தொடர்ந்து அனைவரும் பின் சென்றனர்.

குறுங்காடு செல்ல வெள்ளம் குறைந்த சிற்றோடையின் மறுமுனைச் சென்ற நிலவேனிலின் கண்களில் மூன்று காட்டெருமைகள் இறந்து கிடந்தது, மீண்டும் மறக்க முடியா நிகழ்வை நினைவுபடுத்தியது.

இருப்பினும், அதைக் கண்டு இம்முறைக் கலங்காது முன் சென்றாள்.

காற்றின் இசையோடு இக்குறுங்காட்டு மக்களின் இசையும் இம்மலைத்தொடர் முழுவதும் எப்போதும் பரவிக் கொண்டே இருக்கும் அல்லவா.

ஆனால், அது சில நாள்களாய் மௌனம் கொண்ட இசையாகவே இருந்தது.

அம்மௌனத்தைக் கலைக்கும் வகையில் தென்புறக் காவல் வீரன் ஒருவன் தலைத் தெறிக்க ஓடி வந்து, தான் கண்ட காட்சியை மூப்பன் மற்றும் கருங்காலனிடம் உரைத்தான்.

18

வேட்டை காடர்களின் வேட்டை

தென்புறக் காவல் எல்லையிலிருந்து பத்து மைல் தொலைவில் ஏதோ வேடர்களின் கூடாரம் போன்று உள்ளதாகக் கூறினான், தென்புறக் காவல் வீரன் ஒருவன்.

அவன் கூறியதைக் கேட்ட கருங்காலனுக்கு 'யானையின் பலம் அதன் கடுங்கோபத்தைக் குறிக்கிறது. அதே சமயம் அதனின் வேகம் அது கண்ட மிரட்சியைக் குறிக்கிறது' என்ற கடாரனின் வார்த்தைகள் நினைவுக்கு வந்தன.

கடுங்கோபம் கொண்டு அனைவரையும் தாக்கிய அந்த யானையின் மிரட்சிக்கு அதன் இனத்தை வேடர்கள் வேட்டையாடியதே காரணம் என்பதை உணர்ந்த கருங்காலன், நடந்தது அனைத்துக்கும் வேடர்களின் யானை வேட்டையே முழுக் காரணம். இதை நடத்திய இந்த வேடர்களை வெட்டிச் சாய்த்து விட வேண்டும் என்ற வெறியோடு, தென்புறக் காவல் எல்லைக்கு மூப்பன் மற்றும் ஆதிவளம்பனோடு செல்லத் தொடங்கினான் கருங்காலன்.

வெகுநாள் இருளில் இருந்தவனுக்குக் கிடைத்த சிறு வெளிச்சம் போல, நெடு நாள் துக்கத்தில் சுழன்ற குறுங்காடு வீரர்களுக்கு வேட்டையர்கள் அதிலிருந்து மீள வழிக் கொடுத்தனர்.

நீண்ட நேரம் மலையின் உச்சியிலிருந்து வேடர்களின் கூடாரத்தை நோட்டம் இட்ட மூப்பன், ஆதிவளம்பன் மற்றும் கருங்காலனுக்குக் கூடாரத்திலிருந்து ஒரு வேட்டையன் கூட நீண்ட நேரத்துக்கு வெளி வராதது சந்தேகத்தை ஏற்படுத்தியது. இருப்பினும் பொறுமைக் காத்த மூவரும் நோட்டம் இட்டுக் கொண்டே இருந்தனர்.

நேரம் நீண்டு கொண்டே சென்றதால் ஒரு கட்டத்தில் பொறுமை இழந்த மூவரும், குறுங்காடு தென்புற மலை எல்லையிலிருந்து கீழ் இறங்கி, மும்முனைச் சுற்றுதல் முறையைப் பின் பற்றித் தனித்து இருந்த கூடாரத்தைச் சுற்றினர்.

கருங்காலனின் கையில் இருந்த சுருள் வேல் சரியான நேரத்திற்காக முறுக்கிக் கொண்டிருந்தது.

கூடாரத்தின் முகப்பு முனைக்கு முன்னேறிச் சென்றான் மூப்பன்.

எவ்விதச் சத்தமும் இல்லாமல் அமைதியாய் இருந்த கூடாரத்தின் முகப்பை நொடிப் பொழுதில் இருமுனைச் சூள் மூலம் கிழித்து உள்ளே சென்ற மூப்பனுக்குப், பேரதிரிச்சி காத்திருந்தது.

அதைக் கண்டு அதிர்ச்சியில் உறைந்து நின்ற மூப்பனோடு ஆதிவளம்பனும் கருங்காலனும் இணைந்தனர். அனைவரும் கண்ட அதிர்ச்சியிலிருந்து மீளும் முன்னரே வேட்டையன் ஒருவனின் கூக்குரல் எழுந்த வண்ணம் இருந்தது.

கூக்குரல் வந்த திசை நோக்கி மூவரும் கண்ட அதிர்ச்சியோடு விரைந்து சென்றனர்.

அங்கு வேட்டையன் ஒருவன், 'என்னை யாராவது காப்பாற்றுங்கள். உங்களுக்கு எவ்வளவு பணம் வேண்டுமானாலும் தருகிறேன். என்னை எப்படியாவது காப்பாற்றுங்கள்' என்று கத்திக் கொண்டே ஓடிக் கொண்டிருந்தான்.

அவனைத் தொடர்ந்து, அவனை நோக்கிக் கடும் சீற்றத்தோடு ஒரு யானைச் சீறியபடி ஓடிக் கொண்டு இருந்தது.

இவற்றைக் கூர்ந்த மூப்பன், ஆதிவளம்பன் மற்றும் கருங்காலனிடம், 'நம் கையால் சாக வேண்டியவன், இடுப்பில் சொருகி இருக்கும் தந்தத்தின் ஆசையால் அவன் மாய்த்த யானையின் பந்தத்தில் உள்ள ஓர் உரியவரிடமே இன்று மாயப் போகிறான் என்று கூறி, அந்தக் கண்கொள்ளாக் காட்சியைக் காண அருகில், நெடுந்து வளர்ந்திருந்த வேங்கை மரத்தின் உச்சியை அடைந்தான்.

இருப்பினும் கருங்காலன் மற்றும் ஆதிவளம்பன் மூப்பனைப் போன்று இல்லாமல் யானையைத் திசைத் திருப்ப விரைந்தனர்.

காரணம், அவர்கள் கூடாரத்தில் கண்ட அந்த அதிர்ச்சியான காட்சி.

நெடு நேரப் போராட்டத்துக்குப் பிறகு யானையைத் திசைத் திருப்பிய கருங்காலனும் ஆதிவளம்பனும் வேட்டையனைச் சூழ்ந்தனர்.

தலைக்கு வந்தது தலைப்பாகையோடு போனது போல், தன்னைக் காப்பாற்றிய கருங்காலன் மற்றும் ஆதிவளம்பனிடம் நன்றியைத் தெரிவிக்க முன் வந்த வேட்டையனின் காதை அறுத்தது, ஆதிவளம்பனின் ஆள் ஈட்டி.

வலியில் துடித்த வேட்டையனிடம், கூடாரத்தில் கொடூரமான முறையில் ரத்த வெள்ளத்தில் இறந்து மிதந்து கொண்டிருந்த ஏழு வேட்டையர்களும் எப்படி

இறந்தனர் என்று கேட்டான், கருங்காலன்.

கருங்காலனும் ஆதிவளம்பனும் கடும் பாடுபட்டு யானையைத் திசைத் திருப்பியது வேட்டையனைக் காக்க அல்ல. மாறாக, வேட்டையனின் கூடாரத்தில் ரண கொடூரமாக இறந்து கிடந்த மற்ற ஏழு வேட்டையர்களின் அந்த நிலைக்கான காரணத்தை அறிவதற்கு.

கொடூரமான அந்த நிகழ்வுக்கான காரணத்தைத் துளிக் கூடக் கூறாமல், வலியோடு அமைதியாய் நின்று கொண்டேயிருந்தான், வேட்டையன்.

வேட்டையனின் இச்செயல் கருங்காலனைக் கடும் கோபத்திற்குத் தள்ளியது.

எது எப்படியோ, நாம் செய்ய வேண்டிய வேலையை வேறு ஏதோ ஒரு கொடூரமான விலங்கு செய்து விட்டது. நம் பங்கிற்கு எஞ்சி உள்ள இந்த வேட்டையனை அறுத்து விடுவோம் எனக் கூறிக் கொண்டே, கையில் நீண்ட நேரம் முறுக்கிக் கொண்டிருந்த சுருள்வேலைக் கடும் வேகத்தோடு வேட்டையனின் மார்பில் இறக்கினான், கருங்காலன்.

வேட்டையனின் ரத்தம் கருங்காலனின் முகம் முழுவதும் தெறித்தது.

தெறித்த ரத்தத்தைத் துடைத்துச் சுருள் வேலைக் கூர்ந்தவனுக்கு அதிலும் ரத்தம் படராமல் தெளித்து இருந்ததைக் கண்டு, அதிர்ச்சி கொண்டு, கீழ் விழுந்து கிடந்த வேட்டையனை நோக்கினான், கருங்காலன்.

கீழ் விழுந்து இறந்து கிடந்த வேட்டையனின் நெற்றியில் யானையின் தந்தம் ஆழ்ந்து இறங்கி இருப்பதைக் கண்டு, அதிர்ந்து திரும்பியவனுக்கு முன்னால், அதிர்ந்து அதிர்ந்து வந்து கொண்டிருந்த திசைத் திருப்பிய யானை மேல், கரும்பைக் கடித்து இழுத்துக் கொண்டு முன் வந்து கொண்டு இருந்தான், ""கடாரன்"".

கடாரனைக் கண்ட கருங்காலனும், ஆதிவளம்பனும் மட்டற்ற நிகழ்ச்சியில் திளைத்தனர்.

கடாரனைக் கண்ட கருங்காலனுக்குப் பேச நா எழவில்லை.

யானையைத் தடவிக் கொண்டே அதிலிருந்து கீழ் இறங்கிய கடாரனை ஓடிச் சென்று அணைத்துக் கொண்டான், கருங்காலன்.

சில நாழிகைக் கழித்து வேங்கை மரத்திலிருந்து கீழ் இறங்கி வந்தான் மூப்பன்.

வந்தவனை நோக்கிய ஆதிவளம்பன், 'கூடாரத்தில் அந்த அதிர்ச்சியான காட்சியைக் கண்ட போதே நீங்கள் அதைச் செய்தது கடாரன் என்பதை உணர்ந்து விட்டீர்கள் தானே?

கடாரன் வருவதைக் காணத் தானே நீங்கள் வேங்கை மரம் சென்றீர்கள்?

கூடாரத்தில் உங்களின் அந்தச் சிறிய சிரிப்புக்கான காரணம் அப்போது புரியவில்லை. ஆனால், இப்போது நன்றாக விளங்குகிறது' என்றான்.

ஆதிவளம்பனின் அந்தக் கேள்விக்குப் பதில் உரைத்த கடாரன், 'அந்தக் கொடூரமான 'நெட்டு கபால அடியை' எனக்குக் கற்றுக் கொடுத்ததே மூப்பன் தான். பின் எப்படி அவருக்குத் தெரியாமல் இருக்கும்' என்று கூறிச் சிரித்தான்.

எது எப்படியோ கருங்காலனும் ஆதிவளம்பனும் இதுவரை வாழ்க்கையில் காணாத மகிழ்ச்சியில் மிதந்து கொண்டு இருந்தனர்.

எவருக்குத் தான் இருக்காது மகிழ்ச்சி, கடாரனைக் கண்டால்.

இப்போதே கருங்காலன் மனதில் குறுங்காட்டில் நிகழப் போகும் மிகப் பெரிய ஊர்த் திருவிழா, கண் முன் வந்தது.

ஆதிவளம்பனுக்கோ எண்ணில் அடங்காத தேறல் கள்பானைகள் நினைவுக்கு வந்தன. ஆனால், இதுபோல் எவற்றையும் சிந்திக்காமல் சிந்தனையில் ஆழ்ந்திருந்தான், மூப்பன்.

மூப்பனின் நிலையைக் கண்டே அவனின் சிந்தனையின் எண்ணத்தை உணர்ந்த கடாரன், அவன் அருகில் சென்று, வான் நீர்விழுச்சி 'பொங்குமாங்கடலில்' இருந்து எப்படித் தப்பித்தேன் என்று தானே சிந்திக்கிறீர்கள்?' என்றான்.

சிரித்துக் கொண்டே, தலையசைத்தான் மூப்பன்.

நான் பாலாற்று வெள்ளத்தில் சிக்கிய அந்தக் காட்டெருமையைக் கரையோரம் திசைத் திருப்பக் கடும் முயற்சி செய்தேன். இருப்பினும் நில்லாது பெய்து கொண்டிருந்த கண மழையின் தாக்கத்தால் ஏற்பட்ட வெள்ளத்தின் வேகத்தாலும், காட்டெருமையின் கடும் எடையினாலும், என்னால் அதைச் சிறிது தூரம் கூடத் தள்ள இயலவில்லை.

காட்டெருமை மீது மையம் கொண்டு இருந்ததால் பொங்குமாங்கடல் பற்றிய சிந்தனைத் துளிக்கூட எழவில்லை.

வான் நீர்வீழ்ச்சி அருகில் சென்றபோது தான் பொங்குமாங்கடல் பற்றிய எண்ணம் நினைவுக்கு வந்தது. ஆனால் இதன் பின் எதையும் மாற்ற இயலாது, மேலும் எதுவும் செய்ய இயலாது என்பதால், அத்தருணத்தைக் கூர்ந்து ரசித்துக் கொண்டே காட்டெருமையின் பின்னால் வான் நீர்வீழ்ச்சி பொங்குமாங்கடலில் விழுந்தேன்.

பொங்குமாங்கடல் பற்றித் தான் உங்களுக்கு நன்றாகவே தெரியுமே!

பாலாற்றிலிருந்து வீழும் நீர் நேராக வாவி வந்து விழாமல் பொங்குமாங்கடலில் குறுகிக் கொண்டே செல்லும். பாறையின் இறுதி வரைச் சென்று அங்கிருந்து நிரம்பி வழியும் என்று. அதே போலத்தான் அங்கு இருந்தது.

என் முன்னால் விழுந்த காட்டெருமைக் குறுகிக் கொண்டே சென்ற பாறையின் இரண்டாவது அடுக்கிலேயே அதனின் உருவத்தால் சிக்கிக்

கொண்டது. அதன் பின்னால் விழுந்த நான், அதன் மேல் சென்று விழுந்தேன்.

விழுந்த நொடியிலே பொங்குமாங்கடலில் சிக்கி மாய்ந்து விடுவோம் என்பதை உணர்ந்து விட்டேன் ஆனால், நான் எதிர்பார்க்காத ஒரு ஆச்சரியம், அப்போது தான் அங்குக் கண நொடியில் நடக்கத் தொடங்கியது.

நான் காட்டெருமையின் மீது விழுந்து கிடந்தேன், அல்லவா! நான் சற்றும் எதிர்பார்க்கும் முன் என்னைக் காட்டெருமை உந்தியது.

அந்தக் காட்டெருமை அதன் முழு வலுவையும் திரட்டி, என்னை மேல் தள்ளி, அது சிக்கிய பாறையை உடைத்து உள் சென்று விழுந்தது. அதன் முழு வலு என்னைப் பொங்குமாங்கடலின் முதல் பாறைக்குத் தள்ளியதால், அங்குத் தடித்து வளர்ந்திருந்த ஆமாதம் கொடியைப் பற்றி மேல் வந்து, அங்கிருந்து வாவியில் குதித்து, நெடு நேரம் நீந்திக் கரையேறினேன்' என்றான்.

கடாரனின் செயல் கண்டு வியந்த மூப்பன்,

'நீ உன் உயிர்ப் பாராது அந்தக் காட்டெருமைக்காகச் சென்றதை அது நிச்சயம் உணர்ந்துள்ளது. அதனாலேயே அதன் உயிர்ப் பிரியும் நேரத்திலும் தன்னைச் சிந்திக்காது கண நொடியில் உன்னைக் காப்பாற்றியிருக்கிறது.

உன்னைப் போல் மனம் கொண்டவனை மீண்டும் காண வழிச் செய்த அந்தக் காட்டெருமையை நான் வணங்குகிறேன்' என்றான், மூப்பன்.

இறுதி வரைத் தன்னலம் பாராது போராடிய கடாரனைக் கண்டு கடும் வியப்பில் ஆழ்ந்தான், ஆதிவளம்பன்.

இதேபோல் கருங்காலனுக்கும் வியப்பாகத் தான் இருந்தது.

இருப்பினும் கருங்காலனுக்கு நாம் தென்புறக் காவல் வீரன் மூலம் இவ்விடம் அடைந்தோம். ஆனால், நம் முன் தந்தை, வான் நீர்வீழ்ச்சி வாவியிலிருந்து இங்கு எப்படி வந்தார் என்பதை அறியவே ஆர்வம் அதிகமாய் இருந்தது.

அந்த ஆர்வம் கருங்காலனுக்கு மட்டும் இல்லை, அனைவருக்கும் உண்டு என்பதைக் கடாரன் உணர்ந்திருந்தான்.

நான் பொங்குமாங்கடலின் உச்சியிலிருந்து வாவியில் குதித்து வான் நீர் வீழ்ச்சியின் நெடுநீள வாவியில் நீண்ட நேரம் விடாது நீச்சலடித்து, இறுதியாய் வாவியின் கரையைக் கடும் பாடுபட்டு அடைந்தேன். நெடு நேர நீச்சல் மற்றும் அடர்ந்த நீர் என்னை மிகவும் களைப்புற செய்தது.

அதனாலேயே கரையோரம் இருந்த தென்னை மரத்தை அடைந்து, அங்கு அதில் நீண்ட நேரம் சாய்ந்து கொண்டு படுத்தேன்.

சாரல் காற்று, வான் நீர் வீழ்ச்சியின் ரம்மியம் என்னை மெய் மறக்கச் செய்தது.

அதிலிருந்து சிறிது கண நேரம் கழித்து மீண்டும் வானை உற்று நோக்கிய போது தான், அந்தக் கடும் கோபம் கொண்ட யானையின் நினைவு எனக்குத்

திரும்பியது.

அந்த யானையிடம் மதன நீர் இல்லாததும் மேலும் மதத்தைக் குறிக்கும் எவ்வித அறிகுறியும் இல்லாமல் எங்கும் நில்லாது, கடும் வீரியத்துடன் இறுதி வரைப் பார்த்ததை எல்லாம் அடித்து நொறுக்கிய, அந்த யானையின் கடும் கோபத்தின் காரணத்தைஅறிய முடிவு செய்து மருதன் கூறிய யானை வந்த திசை நோக்கிப் புறப்பட்டேன்.

ஆனைக்குடியைக் கடந்து மேல் செல்லச் செல்ல நுகரும் துர்நாற்றத்தின் அளவு ஏறிக் கொண்டே சென்றது. ஒரு கட்டத்தில் அதனின் அளவு எல்லை மீறி முன் செல்ல முடியாத வண்ணம் இருந்தது.

அப்போது நான் அங்கிருந்து விலகிச் சென்று காட்டின் அதிமணமான பவளமல்லிப் பூவினைத் தேடினேன்.

ஒரு நெடிய தேடுதலுக்குப் பின் இறுதியில் பவளமல்லி இருக்கும் இடத்தை அடைந்து, அங்கு அதை அதன் கொத்தோடு பறித்து நாசி அருகில் வைத்து, மீண்டும் அவ்விடம் நோக்கி நகர்ந்தேன். அந்த இடத்தைநோக்கி முன் நகர நகரப் பவளமல்லியையும் தாண்டித் துர்நாற்றம் உள் நுழைந்தது.

இருப்பினும், அதைப் பொருட்படுத்தாமல் முன் சென்றபோது தான் என்னால் அந்தக் கொடூரத் துர்நாற்றத்தின் காரணத்தை அறிய முடிந்தது.

அங்கு 'நான்கு யானைகள் மிகவும் அழுகிய நிலையில் இறந்து கிடந்தது.

அதைப் புழுக்கள் கூட்டம் மேய்ந்து கொண்டிருந்தன.

அந்த யானைக் கூட்டம் வேட்டையாடப்படவில்லை என்பதற்குச் சான்றாய், அழுகிய நிலையில் இருக்கும் அந்த யானைகளோடு அதனின் தந்தமும் இருந்தது என்ற கடாரனின் வார்த்தைகளைக் கேட்ட மூவரும் அதிர்ச்சியில் உறைந்தனர்.

யானைகள் வேட்டையாடப்படவில்லை என்றால் வேட்டையனிடம் எப்படி யானைத் தந்தம் வந்தது என்று அனைவரும் சிந்திக்கத் தொடங்கினர். இருப்பினும், அதைச் சிந்தனைச் செய்ய முடியாமல் இருக்கும் வண்ணம் அதைவிட அதிர்ச்சியான செய்தியைக் கடாரன் உரைத்தான்.

இதுவரை அழுகிய நிலையில் உள்ள யானைக் கூட்டத்தைப் புழுக்களைத் தவிர வேறு எந்த விலங்கும் உண்ணவில்லை என்று கடாரன் கூறியதைக் கேட்டு அதிர்ச்சியில் உறைந்தான் மூப்பன்.

இறந்து கிடக்கும் இந்த யானைக் கூட்டத்தைச் செந்நாய்க் கூட இதுவரை உண்ண முன் வராதது எனக்குக் கடும் அதிர்ச்சியை அளிக்கிறது. இதன் பின்னால் வேறு ஏதோ ஒன்று உள்ளது. அதை நாம் அறிய முடியாமல் நிற்பதற்கு இந்த யானைக் கூட்டம் எப்படி இறந்தது என்பதை அறிய முடியாததே முக்கிய காரணமாய் இருக்கிறது.

நாம் சென்று இதை அல்லிலனிடம் கூறி, யானையின் இந்த இறப்பிற்கான மர்மத்தை அறிவோம் என்றான், மூப்பன்.

அதற்கு அவசியம் இல்லை என்று கூறிய கடாரன், மேலும் தொடர்ந்தான்.

நீங்கள் கூறியது போலவே யானைக் கூட்டத்தின் இறப்பை அறிய முடியாமல் இதன் பின் இருக்கும் மர்மத்தை நம்மால் அறிய முடியாது என்பதை உணர்ந்து நான், அல்லிலன் மற்றும் தங்களைச் சந்தித்து இதை அனைவரிடமும் விவரித்து இதன் பின்னால் இருக்கும் அந்த மர்மத்தை அறிய முடிவு செய்து, குறுங்காடு நோக்கிப் பயணப் படத் தொடங்கினேன்.

நான் ஆனைக் குடிக்கு மேல் உள்ள சங்கிலிப் பாறை மலையில் இருப்பதால் அதிலிருந்து இறங்கி நம் தென்புற மலையில் ஏறிக் குறுங்காடு வருவதற்குச் சங்கிலிப் பாறை மலையிலிருந்து இறங்கத் தொடங்கினேன்.

இறங்கத் தொடங்கிய நொடியில் தான், நம் இரு மலைகளுக்கும் நடுவில் சிறு சிறு கூடாரம் இருப்பதைக் கூர்ந்து நோட்டமிடத் தொடங்கினேன்.

அப்போது தான் அங்கு நான் வேடர்களைக் கண்டேன். வேடர்களோடு சேர்த்து அங்கு நின்று கொண்டிருந்த மூன்று வேட்டைக் காடர்களையும் கண்டு அதிர்ச்சியுற்றேன்.

வேட்டைக்காடர்கள் மிகவும் ஆபத்தானவர்கள். அந்த ஆபத்தானவர்கள், அதிலும் கொடியதான வேட்டை மனிதர்களோடு சேர்ந்து நின்றிருப்பது எனக்குப் பேரதிர்ச்சியை ஏற்படுத்தியது.

யானைக் கூட்டத்தின் அந்த மர்மமான சாவு இங்கு வேடர்கள் மற்றும் வேட்டைக்காடர்களின் உறவு என்று முற்றிலும் குழம்பிப் போய் முன் செல்லாமல், சிறிது தூரம் பின் சென்று, வழியில் நீண்டு கிடந்த ஆலமரத்தின் அடியில் நடப்பது புரியாமல், சிறிது நேரம் சாய்ந்தேன்.

பயணக்களைப்பு மற்றும் அங்கு ரம்மியாக உலாவிக் கொண்டிருந்த மான் கூட்டம், அதை விடாது உரசிக் கொண்டு சென்றிருந்த இதமான காற்று, அந்தக் குழப்பத்தின் மன நிலையிலும் அதை எண்ணாது என்னைக் கண் அசர வைத்தது.

நெடுநேர ஆழமான தூக்கத்திற்குப் பின் என்னை மீண்டும் எங்கோ நூகர்ந்த மணமான அந்தத் துர்நாற்றம் எழுப்பியது. என்ன ஏது? எங்கு இருக்கிறோம்? என்பதைச் சில நாழிகைக்குப் பின் புரிந்து கொண்டு விழித்த போது தான், அந்தத் துர்நாற்றத்தின் காரணத்தை, என் கண்கள், தொலைவில் விழுந்து கிடந்த மானினை நோக்கியது.

அதைக் கண்டு அதனருகில் சென்ற போது தான், மான் ஒன்று அழுகிய நிலையில் இறந்ததைக் கண்டு அதிர்ச்சியுற்றேன். இதில் இன்னொரு அதிர்ச்சி என்னவென்றால், அது, நான் தூங்குவதற்கு முன் கண்ட, மான் கூட்டத்தில் இருந்த வெள்ளை மான்'.

எனக்கு அந்த வெள்ளை மான் நன்றாகவே புலப்பட்டது.

காரணம், உறங்குவதற்கு முன் உலாவிக் கொண்டிருந்த அந்தப் புள்ளிமான் கூட்டத்தில், தனித்து வெளிப்பட்டது. இந்த வெள்ளை மான் தான் இப்போது, அதனினும் இங்கு முக்கியமானது இறந்து அழுகிய நிலையில் இருந்த அந்த யானைக் கூட்டத்தை உண்ண எப்படி எந்த விலங்கும் முன்வரவில்லையோ, அதே போல் இங்கும் அழுகிய நிலையில் இருந்த வெள்ளை மானை உண்ண இதுவரை எந்த விலங்கும் முன்வரவில்லை.

வெள்ளை மானின் அழுகிய நிலையை மீண்டும் உணர்ந்தபோது தான், இரவு பகலாய் உறங்கியதை நான் உணர்ந்து கொண்டேன்.

இப்படி ஒரு நிலையை இதற்கு முன் கண்டது இல்லை என்பதால் சற்றுக் குழப்பத்தில் ஆழ்ந்து இருந்தேன். இருப்பினும் என்னுடைய சிந்தனைகள் ஏற்கெனவே நடப்பதற்கான காரணத்தைச் சிந்திக்கத் தொடங்கியிருந்தது.

நீண்ட நேரச் சிந்தனைக்குப் பின் தூரத்தில் தென்பட்ட செந்நாயைக் கண்டு அதை நோக்கி விரைந்தேன்.

ஓடும் தூரத்தில் அதனருகில் சென்று, நின்று கொண்டு, என் அருகில் இருந்த கல்லை எடுத்து அந்தச் செந்நாய் நோக்கி எறிந்தேன்.

என்னுடைய இச்செயலினால் சினம் கொண்ட அந்தச் செந்நாய் என்னைத் துரத்த தொடங்கியது. இதற்காகவே காத்துக் கொண்டிருந்த நான், காற்றைக் கிழித்துக் கொண்டு நான் ஏற்கெனவே அமர்ந்திருந்த திசையை நோக்கி விரைந்தேன்.

ஆலமரத்தை அடைந்து, என் எதிரில் செழித்து வளர்ந்திருந்த விசித்திரமான முள் மரத்தின் கொம்புகளை உடைத்து, செந்நாய் மீது எறிந்து, கண நொடியில் திசை மாற்றி வேறு வழிச் சென்றேன்.

எனக்கு நன்றாகவே தெரியும். இந்த மரம்வரை வந்தால் மட்டும் போதுமானது. அதன் பின் செந்நாயின் கவனம் நிச்சயம் இறந்து கிடக்கும் வெள்ளை மான் மீது திரும்பிவிடும் என்று.

நான் எண்ணியது போல் அப்படியே நடந்தது.

நான் எண்ணியதுபோல், இறந்து கிடந்த வெள்ளை மான் அருகில் சென்று அதை நுகர்ந்த செந்நாய், அதை உண்ணாமல் விலகியது.

செந்நாய், இறந்த கிடந்த ஒரு விலங்கை உண்ணாமல் விலகிச் செல்வதைக் கண்டு கடும் வியப்பில் ஆழ்ந்தேன்.

அதனினும் என் வியப்பை மேலும் ஏற்றுவது போல், சிறிது தொலைவு சென்று அந்தச் செந்நாய் கீழ் விழுந்து இறந்தது.

செந்நாயின் இறப்பு எனக்கு, அந்த யானைக் கூட்டம் மற்றும் வெள்ளை மானின் இறப்பின் காரணத்தை நான் எண்ணியது போலவே, எனக்கு நிதர்சியாக உணர்த்தியது.

நீங்கள் எண்ணியதுபோல் அங்கு என்ன நடந்தது?

யானைக் கூட்டத்துக்கும், வெள்ளை மான் இறந்ததுக்கும் என்ன தொடர்பு? என்று கேட்டான், கருங்காலன்.

நான் ஆலமரத்தடியில் அமர்ந்தபடி, இறந்த யானைக் கூட்டத்தை உண்ண எவ்விலங்கும் வராததுக்கான காரணத்தையும், அதனினும் வேட்டை மனிதர்கள் மற்றும் வேட்டைக் காடர்களின் தொடர்புபற்றிச் சிந்தித்தும் கொண்டிருந்தேன்.

அப்போது, இந்த அழகிய மான் கூட்டம் உலவிக் கொண்டிருந்தது. அதில் அந்த வெள்ளை மானைக் கண்டு வியந்து, நான் ரசித்துக் கொண்டிருந்த போது தான், அங்கு நடந்து கொண்டிருந்த ஒரு விசித்திரமான காட்சியைக் கண்டேன், என்றான்.

விசித்திரமான காட்சியா? அது என்ன? என்ற கருங்காலனின் கேள்விக்குப் பதிலைத் தொடர்ந்த கடாரன், என் எதிரில் இருந்த தென்னை மரத்தடியில் எறும்புக் கூட்டம் சென்று கொண்டிருந்தது. சிறிது தொலைவில் இருந்த அத்தி மரத்தடியில் கரையான் கூட்டம் அரித்துக் கொண்டிருந்தது. இவ்விரண்டுக்கும் நடுவில், நான் இதுவரை இக்காட்டில் கண்டிராத கருமுள் கொண்ட மரம் வளர்ந்திருந்தது.

பொதுவாகக் கருவேலம் போன்ற முள்மரம் வறட்சியான இடங்களில் அதிகம் காணப்படும். ஆனால், இங்கு அது தனித்து செழித்து வளர்ந்திருந்தது. மேலும், அம்மரத்தின் அடியில் விழுந்து கிடந்த அத்திப் பழத்தை அதன் அருகில் இருந்த எறும்புக் கூட்டம் எடுத்து உண்ண வரவில்லை.

இதைக் கேட்டுக் கொண்டிருந்த கருங்காலன், 'இதில் என்ன இருக்கிறது?

எறும்புக் கூட்டம் அருகில் விழுந்து கிடந்த, அத்திப்பழத்தைக் கண்டிருக்காது. அதனால், அவ்விடம் வராமல் வேறிடம் சென்றிருக்கும்' என்றான்.

எறும்பு, உணவு தேடும் முறையே வித்தியாசமானது, கருங்காலா. எறும்புகள் நம்மைப் போலவே கூட்டமாக வாழும் ஓர் உயிரினம். ஆனால் நம்மிடம் இல்லாத பிரிவினைகள் அதனிடம் உண்டு.

பிரிவினைகளா அப்படி என்றால்?

கருங்காலா எறும்புக் கூட்டத்தில் வேலைக்கார எறும்புகள், ராஜா எறும்புகள், ராணி எறும்புகள் என்று பல வகை உண்டு. அதில் எப்போதும் உணவு தேட வேலைக்கார எறும்புகளே செல்லும். அப்படி உணவு தேடச் செல்லும் அந்த வேலைக்கார எறும்புகள், தன் கூட்டிலிருந்து அனைத்தும் ஒரே திசையில் செல்லாமல் வெவ்வேறு திசையில் செல்லும்.

அப்படி வெவ்வேறு திசையில் வெவ்வேறு இடங்களுக்குச் செல்லும் எறும்புகள், ஏதாவது ஓர் இடத்தில் உணவைக் கண்டுவிட்டால், அந்த உணவிலிருந்து சிறு பங்கை எடுத்துக் கொண்டு தன் புற்றுக்குத் திரும்பி வரும்.

இப்படி அனைத்து எறும்புகளும் வெவ்வேறு திசைச் சென்று, புற்றுக்குத் திரும்பும். அனைத்தும் வந்த பின்னர் உணவு எடுத்து வந்த எறும்பு, அது சென்ற திசைக்கு அதன் சங்கிலித் தொடர்பு மூலம் திசைக் காட்டும்.

சங்கிலித் தொடர்பா? அது என்ன?

எறும்பு உணவை எடுத்துக் கொண்டு அதன் புற்றுக்குச் செல்லும்போது, மற்ற எறும்புகளுக்குத் தான் எடுத்து வந்த அந்த உணவின் திசைக்காட்ட, அதன் உடம்பிலிருந்து ஒரு வித நீரை வெளியேற்றும். அந்த நீரானது அடர்ச் சிவப்பு நிறமாக இருக்கும். அந்த அடர்ச் சிவப்பு நிறத்தை வழியாகக் கொண்டு மீதம் உள்ள அனைத்து எறும்புகளும் உணவுள்ள திசையை வந்தடையும்.

அப்படி இருக்கையில் அருகில் அத்திப் பழத்தை நிச்சயமாக ஏதாவது ஓர் எறும்பாவது கண்டிருக்கும். ஆயினும், அது உணவின் சமிக்கை அனுப்பாமல் எச்சரிக்கைச் சமிக்கை அனுப்பியிருக்கும்.

ஆகவேதான், எந்த ஓர் எறும்பும் அத்தியை நெருங்கவில்லை' என்ற கடாரனின் வார்த்தைகள் அனைவருக்கும் ஆச்சரியம் கலந்த வியப்பை ஏற்படுத்தியது.

மேலும் தொடர்ந்த கடாரன், இனி ஒரு நாள் இல்லை, இரண்டு நாள் இல்லை, மாதங்களே கடந்தாலும் அந்த அத்தி நோக்கி எக்காரணமும் இந்த எறும்புக் கூட்டம் போகாது. மேலும் அத்தி அடியில் அரித்து நெடிய நீட்டமான புற்று கட்டிக் கொண்டிருந்த கரையான் கூட்டமும் அதன் அருகிலிருந்த இந்தக் கருமுள் மரத்தை ஒன்றும் செய்யவில்லை - என்றான்.

இதைக் கேட்ட கருங்காலன், 'தந்தையே, யானைக் கூட்டம் மற்றும் வெள்ளை மான் இறந்ததுக்கும் தாங்கள் தற்போது கூறிக் கொண்டிருக்கும் நிகழ்ச்சிக்கும் என்ன தொடர்பு இருக்கிறது? எனக்கு ஒன்றும் புரியவில்லை. சற்றுத் தெளிவாகச் சொல்லுங்கள்' என்று ஆர்வ மிகுதியில் கடாரனைத் தடுத்துக் கூறினான் கருங்காலன்.

கருங்காலன் பொறுமை இழந்ததை உணர்ந்த கடாரன், வழக்கம் போல அவனிடம் 'உன்னை எதிரிகள் தாக்க வரும்போது என்ன செய்வாய்' என்று மறு கேள்வி எழுப்பினான்.

கருங்காலனுக்கு, மீண்டும் தந்தைத் தன் கேள்விக்குப் பதில் அளிக்காமல், மறு கேள்வி கேட்பது கோபத்தை ஏற்படுத்தியது. இருப்பினும், அதைக் காட்டாமல் 'நான் எதிரிகளை எதிர்த்துத் தாக்கி வேரறுப்பேன்' என்றான்.

அதைக் கேட்ட கடாரன், 'சரி, உன்னைக் காட்டிலும் உன் முன் நிற்கும் எதிரிகளிடம் ஆயுதங்களும் அதிகம் இருக்கிறது. வீரர்களும் அதிகமாய் இருக்கின்றனர். அப்போது என்ன செய்வாய்?'

'நான் என்னை அச்சமயத்தில் எதிரிகளிடமிருந்து தற்காத்துக் கொள்வேன். தகுந்த சமயம் வாய்க்கும் போது சூழ் அறிந்து எதிர்த்தாக்குதல் நடத்தி வீழ்த்துவேன்' என்றான்.

'நாம் எப்படி, வீரர்களும் ஆயுதங்களும் எதிரி வீரர்களிடம் அதிகம் இருக்கும் நேரத்தில், நம் உயிர் ஆபத்தில் உள்ளதை உணர்ந்து, நம்மை எதிரிகளிடமிருந்து தற்காத்துக் கொள்கிறோமோ, அதே போல் தான் மிகச் சில அரிதான மரங்கள் தன்னைத் தன் எதிரிகளிடமிருந்து தற்காத்துக் கொள்ள அதனிடம் இருக்கும் ஆயுதங்களைப் பயன்படுத்திக் காத்துக் கொள்ளும். அப்படி உள்ள சில அரிதான மரங்களில் இந்தக் கருமுள் மரமும் ஒன்று' என்றான்.

அதைகேட்டதுமே அனைவரும் திகைத்துப் போயினர்.

ஒரு மரம் தன்னைத் எப்படித் தற்காத்துக் கொள்ளும்? அதுவும் தன்னைத் தற்காத்துக் கொள்ள மற்ற உயிரினங்களைக் கொல்லவும் செய்யுமா?

அப்போ இம்மரத்தினால் தான் யானைக் கூட்டம் மற்றும் வெள்ளை மான் இறந்ததா? என்றான் மூப்பன்.

அதற்குத் தலையசைத்த கடாரன், இந்தக் கருமுள் மரம் தன்னைத் தற்காத்துக் கொள்ள மற்ற விலங்குகளைக் கொல்கிறது - என்றான்.

இந்தக் கருமுள் மரம் தான் இறந்த விலங்குகளைக் கொன்றது என்று எப்படி இவ்வளவு நம்பிக்கையாய்க் கூறுகிறீர்கள்!

மேலும் நீங்கள் கூறுவது மெய்யாய் இருக்கும் பட்சத்தில் அது எவ்வாறு விலங்குகளைக் கொல்கிறது? அது போல் நடந்ததற்குக் கருமுள் மரம் தான் காரணம் என்றால் வேட்டையர்களைக் காரணமின்றி ஏன் வேட்டையாடினீர்கள் என்ற மிகப்பெரிய கேள்வியைக் கடாரன் முன் வைத்தான் ஆதிவளம்பன்.

ஆதிவளம்பன் உண்மையை ஏற்க மறுக்கிறதுக்கு அவன் அதனின் உண்மைத்தன்மை மற்றும் பாறைப் போன்ற ஆதாரங்களை உணராதது தான் காரணம் என்பதை உணர்ந்த கடாரன், அவனுக்கு அவன் விரும்பிய ஆதாரங்களையும் மேலும் நடந்ததையும் கூறத் தொடங்கினான்.

'நான் வேட்டையர்களையும் வேட்டைக் காடர்களையும் கண்டு பின் சென்று, பெரிய ஆலமரத்தை அடைந்து சாய்ந்தேன் என்று சொன்னேன் அல்லவா! நான் அப்போது, அந்த ஆலமரத்தைக் கடந்து தான் சென்றேன். செல்லும்போது அதனருகில் இருந்த 'நிலம் புரண்டி'யைப் பார்த்தேன்.

என் வாசனை, அதை அடைந்ததும் கடுகு நேரத்தில் மண்ணில் மறைந்தது, நிலம் புரண்டி. மனிதர்கள் வாசனைப் பட்டால் நிலம் புரண்டி மண்ணில் மறையும் அல்லவா! அதைத்தான் நான் கண்டேன்.

அதைக்கண்டதும், முன் சென்றவன் மீண்டும் பின் வந்து, ஆலமரத்தடியில் சிறிது ஓய்வெடுக்கலாம் என்று வந்து சாய்ந்தேன்.

நான் அவ்விடம் விட்டு விலகி ஆலமரத்தை அடைந்ததும் நிலம்புரண்டி மீண்டும் மேல் வந்தது. அச்சமயம் தான் வெள்ளை மான் அங்கு வந்து கருமுள் மரத்தின் இலைகளை உண்டு கொண்டிருந்தது.

அதைக்கண்டு புள்ளிமான் கூட்டமும் அவ்விடம் வந்து கருமுள் மரத்தின் இலைகளை உண்ண ஆரம்பித்தன.

அப்போதுதான் திடிரென்று அதனிடத்திலிருந்து அனைத்து மான்களும் தெறித்து ஓடியது. அதோடு சேர்த்து கடுகு நொடியில் என்னருகில் இருந்த நிலம் புரண்டியும் மறைந்தது. அதைக் கண்டு அப்போது புரியாத எனக்கு, நான் நீண்ட நேரம் கழித்து மயங்கி எழுந்தபோது தான் புரிந்தது.

தனியாக வெள்ளை மான் நீண்ட நேரம் கருமுள் மரத்தின் இலைகளைப் புசித்த போது, அதற்கு ஒன்றும் ஆகவில்லை. ஆனால், எப்போது புள்ளிமான் கூட்டமும் சேர்ந்து அந்தக் கருமுள் மரத்தின் இலைகளைப் புசித்ததோ, அப்போதே கருமுள் மரம் தன்னைத் தற்காத்துக் கொள்ளும் பொருட்டு, அதனின் முட்கள் மூலம் விஷ வாயுவை வெளியிடுகிறது.

அதனாலேயே அப்போது அதைப் புசித்த இளம் வெள்ளை மான் மாய்ந்தது. அதனருகில் இருந்த என்னை ஒரு நாள் மயக்கியது. அனைத்தினினும் நிலம் புரண்டியை மறைய வைத்தது.

நிலம் புரண்டி, மனிதர்கள் வாசனைக்கு மட்டும் அல்ல, வேறு விதமாகத் தன்னை அழிக்க வரும் வாசனைகளுக்கும் மறையும். அதனாலேயே நிலம் புரண்டி மறைந்தது.

இதுபோல இம்மரத்தைக் கூட்டத்தோடு மிக அதிகமாய் யானைக் கூட்டம் உண்டிருக்கும். அதனாலேயே, அதனின் அதீத விஷத்தன்மைக் காரணமாய் சிறிது தூரம் சென்று, கூட்டத்தில் உள்ள இளம் யானைகள் இறந்திருக்கிறது.

எக்காரணமும் இல்லாமல் தன் கூட்டத்தில் உள்ள தன் அடுத்த தலைமுறை இளம் யானைகள் அழிந்ததைத் தன் மயக்கம் கழித்து உணர்ந்த தாய் யானைகளின் கடும் கோபத்தின் விளைவு தான், நாம் கண்டு போராடிய அந்தக் கோரமான நிகழ்ச்சி என்ற கடாரன் மேலும், இதை நான் உணர்ந்ததை உறுதி செய்யும் பொருட்டுத் தான் செந்நாயை அடைந்து, அதை இவ்வழிவரச் செய்து கருமுள் மரத்தை உடைத்தேன்.

நான் எண்ணியது போலவே செந்நாய் சிறிது தூரம் சென்று விழுந்து இறந்தது.

இதோடு இந்த நிகழ்ச்சி நில்லாமல் நான் செந்நாயைத் தேடி சென்ற நேரத்தில் இங்கு வேட்டையர்கள் வந்து வெள்ளை மானின் கொம்பு மற்றும் இறந்து கிடந்த யானைக் கூட்டத்திலிருந்து தந்தத்தை அறுத்துள்ளனர்.

செந்நாய் இறந்த போது தான் இவற்றை நான் நோக்கினேன். அதன் பின் தான் வேட்டையர்களையும் வேட்டைக்காடர்களையும் அவர்கள் இருந்த அந்தக் கூடாரத்துக்கே சென்று அழித்தேன் - என்று ஆதிவளம்பனின் கேள்விக்கு முற்றுப்புள்ளி வைத்தான், கடாரன்.

கடாரனின் முற்றுப்புள்ளி, ஆதிவளம்பனின் கேள்விக்கு மட்டும் தான்.

கடாரன் கூறிய அனைத்தையும் கேட்ட மூப்பனின் தலையில் வியர்த்துக் கொட்டியது. மேலும், மூப்பனின் பதற்றமும் அதிகமானது.

காட்டில் மரம் மற்றும் கொடியை மிக நுட்பமாய் அறிந்து வைத்துள்ளவர்கள் உண்டு எனில், அது வேட்டைக்காடர்கள் தான்.

இக்கருமுள் மரம் இக்காட்டினிலே கிடையாத ஒன்று. மேலும், இந்த நிலத்தன்மையில் அதனால் வளர முடியாது. இருப்பினும், அது செழித்து வளர்ந்திருக்கிறது என்றால், இதுவே இது வேட்டைக்காடர்களின் மூலம் நிறுவப்பட்ட மரம் என்று உறுதி சேர்க்கிறது. மேலும், அவர்கள் தற்போது வேட்டை மனிதர்களுடன் வைத்திருக்கும் தொடர்புகளே அந்த உறுதிக்கு வலு சேர்க்கிறது.

மேலும், தொடர்ந்த மூப்பன், 'கடாரா வேட்டைக்காடர்கள் பற்றி இதுவரை நான் உன்னிடம் சொல்லாமல் மறைத்து வைத்திருக்கும் ஒரு கோரமான உண்மையை உன்னோடு சேர்த்து அனைவரிடமும் சொல்ல வேண்டிய நேரம் வந்துவிட்டது' - என்றான்.

மூப்பனின் முகபாவனையே கடாரனுக்கு அச்சத்தைத் தந்தது.

'கடாரா, பல வருடங்கள் முன் தேனர்களை வேட்டைக்காடர்கள் கையகப்படுத்தி அழைத்துச் சென்றார்கள். நீயும் ஆதிவளம்பனும் கூட அவர்களைக் கொன்று தேனர்களைக் காப்பாற்றினீர்கள் நியாபகம் இருக்கிறதா?'

கடாரன் தலையசைத்த பின், மேலும் தொடர்ந்த மூப்பன், 'கடந்த இரண்டு வருடங்களுக்கு முன் வேட்டைக்காடர்கள் தேனர்கள் இனத்தையே அழித்து விட்டனர். மேலும், நம் தொடர்ச்சி மலைகளில் உள்ள பல்வேறு சிறு குடியினரை அவர்கள் குடியோடு கையகப்படுத்தி விட்டனர்.

இதுவரை வட திசை மற்றும் கிழக்குத் திசையில் உள்ள அனைத்துக் குடிகளையும் தன் கட்டுப்பாட்டில் கொண்டு வந்து விட்டனராம். மேலும் எஞ்சியுள்ளது, மேற்குத் திசை மற்றும் தென் திசையான நம் நிலப்பரப்பு மட்டும் தான் - என்ற மூப்பனின் வார்த்தைகள், அனைவருக்கும் மிகப் பெரிய சாட்டை அடியைக் கொடுத்தது.

வேட்டைக்காடர்கள் இவ்வாறு செய்வதற்கு உண்டான நோக்கம் இதுவரை எவருக்கும் தெரியவில்லை. எதுவாயினும், இதன் பின்னால் ஏதோ மிகவும் அதி மிகக் காரணம் ஒன்று உள்ளது.

ஏனெனில், வேட்டைக்காடர்கள் எதில் இறங்கினாலும் அதற்கு முன்னால் அதன்பால் சிந்தனைப் பல வருடங்களாக இருந்திருக்கும். பல வருட சிந்தனை மற்றும் நிலையான பாதை வகுத்த பின்னரே அவர்கள் ஒரு நோக்கத்தில் இறங்குவார்கள். அதனால், அவர்களைத் தடுப்பது மிகவும் கடினமானது என்றான் மூப்பன்.

மூப்பனின் வார்த்தைகளைக் கூர்ந்த கடாரன், அப்போ எஞ்சியுள்ள மேற்குத் திசை மற்றும் தென் திசையில் உள்ள குடிகளைக் கையகப்படுத்துவதற்கு முதலில் தென் திசையைத் தேர்வு செய்துள்ளனர். அதை அறியாமலேயே முதல் தாக்குதலை நாம் தொடங்கியிருக்கிறோம்.

சரி, பல வருடங்களுக்குப் பிறகு கருப்பனுக்குப் பெரும் படையல் தேவைப்படுகிறது.

மேலும் அப்படையலுக்குத் தேவையான அனைத்து ஈடு பொருள்களையும் நம்மை நோக்கியே வரும் வண்ணம் கருப்பன் செய்து விட்டான். நாம் செய்ய வேண்டியதெல்லாம் வருவதை நன்று செதுக்கி அறுத்து, கருப்பன் ஆசைத் தீரப் படைப்பது மட்டுமே.

பிலாவடி கருப்பனுக்கு முன்னால் ஊர்கூடி ரத்த ஆறு ஓட, மலை ஆடு அறுத்துச் சபதம் செய்ய அனைத்துத் தென்திசைச் சுத்து பட்டுக் குடிகளுக்கும் அழைப்பு விடச் சொல்லிச் செய்தி அனுப்பினான் கடாரன்.

கடாரன் செய்தியறிந்த குறுங்காடே, திருவிழா போன்று திளைத்தது.

பின் சொல்வதற்கென்ன!

அத்திருவிழாவின் தலைவி பற்றி நிலவேனிலின் முகம் வழக்கத்தை விட மிகவும் ஜொலித்துக் காணப்பட்டது. இருக்காதா பின்னே!

கடாரன் சொல்லிய செய்தி, சுத்துப்பட்டுக் குடிகளுக்குப் போய்ச் சேரத் தொடங்கியது. அனைவரும் மறுநாள் நடக்க உள்ள பிலாவடி கருப்பன் திருவிழாவுக்குக் கலந்து கொள்ளத் தயாராகினர்.

ஆனால் அனைவருக்கும் முன் தயாராகிக் கடாரனை மின்னொளி மலைக்கு அழைத்துக் கொண்டு சென்று விட்டாள் நிலவேனில்.

மின்னொளி மலை, குறுங்காட்டிலிருந்து சிறிது தொலைவில் உள்ளது.

இங்கு மின் மினிப் பூச்சிகள் அதிகம் என்பதால் இரவில் இம்மலையே இருட்டில் மின்னுமாம். அதனாலேயே இம்மலைக்கு மின்னொளி மலை என்று பெயர் வந்தது.

மின்னும் ஒளியில் மின்னாது வீசும் முழு நிலவின் பொழுதில், நிலவேனிலின் அழகை, அவளின் மடியில் படுத்துத் தலைதூக்கி ரசித்துக் கொண்டிருந்தான், கடாரன்.

காட்டில் உள்ள அனைத்து இடங்களிலும் 'உன் பேச்சு தானாம். உன்னுடைய சிந்தனை மற்றும் நடத்தை நுண்ணியமாகக் கூர்ந்து அறியும் திறன் பற்றித் தான் அனைவரும் உரையாடிக் கொண்டிருக்கின்றனர் - என்ற நிலவேனிலின் பேச்சுக்குக், கடாரனிடமிருந்து எப்பதிலும் வரவில்லை.

'சரிய்யா... உன் சிந்தனைத் திறன் எப்படி இருக்கிறது என்று நான் கணிக்கிறேன். இப்போது எனக்கு என்ன வேண்டும் என்று நீ சரியாகச் சொன்னால், நான் ஒத்துக் கொள்கிறேன். நீ அனைவரும் சொல்வதுபோல் பெரிய சிந்தனை மற்றும் சூழ் அறிதல் முதன்மை வீரன் தான் என்ற நிலவேனிலின் வார்த்தைகள் முடியும் முன்னே, நிலவேனிலுக்கு முத்தம் கொடுத்து அவளிடம், 'நீ எண்ணியதை விடக் குறைவு தான். ஆனால், நீ எண்ணியது இது தான்' - என்ற கடாரனின் வார்த்தைகள், நிலவேனிலுக்கு வெட்கத்தை வர வைத்தது.

நிலவேனிலின் வெட்கம் கடாரனை மீண்டும் அவள் அருகினில் செல்ல வைத்தது.

அவளின் கண்கள் சொக்கியது.

கடாரனின் தலை முன் சென்ற வேகத்தில் தட்டிய நிலவேனில் இதழ்கள் 'ஆம், நீ வான் நீர் வீழ்ச்சியிலிருந்து வாவியில் விழுந்து, அங்குள்ள தென்னை மரத்தடியில் சாய்ந்து, வானை நோக்கியபோது தான் அந்தக் கடும் கோபம் கொண்ட யானையின் நினைவு வந்தது என்றாயே, அப்படி அங்கு எதை வானில் கண்டாய்,' என்றாள்?

'இதைக் கேட்க வேண்டிய நேரமா இது' என்றது, கடாரனின் கண்கள், ஆயினும், நிலவேனிலின் இலவம் பஞ்சு போன்ற இரு கன்னத்திலிருந்து தன்னுடைய ஒரு கையை எடுத்து வான் நோக்கி நீட்டினான் கடாரன்.

வானை நோக்கிய நிலவேனிலின் கண்கள் பூரித்தது.

தனித்து மின்னிய நட்சத்திரம் ஒன்று தொலைவில் இருந்த நட்சத்திரக் கூட்டத்தை நோக்கி வேகமாய் நகர்ந்து கொண்டிருந்தது!

இதழ்கள் விரிந்து சொக்கிய நிலவேனிலை ஆதவனோடு சேர்த்து எழுப்பி விட்டான் கடாரன்.

கடாரனும் நிலவேனிலும் வரும் முன்னரே களைக் கட்டியிருந்தது குறுங்காடு.

பிலாவடி கருப்பன் கோவிலில் எட்டுக் குடிகளும் கூடி ரத்த ஆடு வெள்ளத்தில் 'வேட்டைக்காடர்களின் நோக்கம் அறிந்து, அவர்களிடமிருந்து சிக்கிய குடிகளைக் காத்து, அவர்களோடு மீண்டும் உன் முன் வந்த உனக்காக எஞ்சியுள்ள வேட்டைக்காடர்களின் தலைவனான, "அணங்காது அம்பனை" இங்கு வந்து பலியிடுவோம்" என்று அனைவரும் சூளுரைத்தனர்.

வேட்டைக்காடர்களின் வேட்டை மிக விரைவில் இரண்டாம் பாகத்தில் தொட-ரும்.

கடாரனும் குறுங்காடும் இரண்டாம் பாகம்

கடாரனும் குறுங்காடும் இரண்டாம் பாகத்தில் குறுங்காடு பிலாவடி கருப்பன் கோவிலில் இருந்து உங்களைச் சந்திக்கிறேன்.

அதுவரை உங்களின் குறை நிறைகளை இந்த மின்னஞ்சல் முகவரிக்கு மறக்காமல் **ajayvignesh17@gmail.com** அனுப்புங்கள்.

அதுவே இந்த மூன்று வருட உழைப்புக்கு எனக்குக் கிடைக்கும் மெய்யான பரிசு.